D1771057

இராம.குருநாதன்

1945 ஆம் ஆண்டு குடந்தையில் பிறந்த இராம.குருநாதன், பச்சையப்பன் கல்லூரியில் முப்பது ஆண்டுகளுக்கும் மேலாகப் பணியாற்றியவர். தமது மாணவப்பருவத்திலிருந்தே படைப்பிலக்கியத்தில் ஆர்வமுடன் செயல்பட்டுவந்தவர். சிறுகதை, நாவல், கட்டுரை, மொழிபெயர்ப்பு, கவிதை என இதுவரை நாற்பதுக்கும் மேற்பட்ட நூல்களின் ஆசிரியர். பல்வேறு கல்லூரிகளின் அழைப்பின் பேரில் சிறப்பு வகுப்புகள் எடுத்தும், தமிழ் இலக்கிய, இலக்கணம் குறித்து ஆய்வுக்கட்டுரைகள் வழங்கியும், தமது இலக்கியத் தடத்தை விரிவாக்கிக்கொண்டவர். மேனாள் சாகித்திய அகாதெமிப் பொதுக்குழு உறுப்பினராகச் சிறப்பாகச் செயற்பட்டவர். பல்வேறு இலக்கிய அமைப்புகளோடு தன்னை இணைத்துகொண்டு இலக்கியப் பணியாற்றிவரும் இவர், திசையெட்டும் இதழின், மொழி பெயர்ப்பு விருதினைப் பெற்றவர். கன்னிமரா வாசகர் வட்டம், குடந்தை சிவகுருநாதன் செந்தமிழ் நூல்நிலையம் ஆகிய நிறுவனங்களின் செயலாளராகப் பணிபுரிந்து வருகிறார்.

விநோத சந்திப்பு

(சீனத்துச் சிறுகதைகள்)

இராம.குருநாதன்

டிஸ்கவரி புக் பேலஸ்

கே.கே.நகர் மேற்கு, சென்னை - 600 078.

(பாண்டிச்சேரி கெஸ்ட் ஹவுஸ் அருகில்)

பேச : 044 48557525, +91 87545 07070

விநோத சந்திப்பு
இராம.குருநாதன்©

Vinotha Santhippu
Rama. Gurunathan©

First Short Edition: Oct - 2019
Pages: 112 -
ISBN: 978-81-942420-9-3

Published by :

Discovery Book Palace (P) Ltd,
6, Mahaveer Complex, Munusamy Salai,
K.K.Nagar West, Chennai-600 078.
Ph: +91 44 48557525
Mobile: +91 87545 07070

E-mail: **discoverybookpalace@gmail.com,**
Website: **www.discoverybookpalace.com**

Rs. 100

வாழ்க்கைப் பாதையில், புதியதை ஏற்க நினைக்கும்போது, பழையதும் வந்துபோகிறது. வாசிப்பு அனுபவமும் அப்படித்தான். புதுமையை வரவேற்கும் மனநிலையில், பழைய தடத்தின் அடிச்சுவடுகள் நம்மைவிட்டு நீங்காதிருப்பதும் உண்டு. பழையது பழையதுதான் என்று விட்டுவிட முடியாத அளவிற்கு நெஞ்சின் ஓரத்தில் எங்காவது அதன் எச்சம் ஒட்டிக்கொண்டுதான் இருக்கும். பழைய திரைப்படப் பாடல்களைக் கேட்கும் சுகானுபவம் சிலரிடத்து இன்னும் இருக்கிறதல்லவா! அது போலத்தான்! இந்தத் தொகுதியிலும் அதுமாதிரியான பழைய சுவடுகளில் அழுந்தியும், புதிய தடத்தில் கால் பதித்தும் செல்லும்படியான கதைகள் உள்ளன.

காற்று, நெருப்பு விதை, சாவிக்கொத்து முதலிய கதைகள் பழைய களம் சார்ந்தவை. பிற கதைகள், புதிய தடத்தை நோக்கிச் செல்பவை. அவை வித்தியாசமான கருப்பொருளும், உணர்த்துமுறையும் கொண்டவை. "எருதும் எசமானும்" என்ற கதை மட்டும் சற்றே வித்தியாசமானது. சீன ஆட்சி ஒன்றில் வழக்கத்திலிருந்த நிகழ்ச்சியை அடிப்படையாகக் கொண்டது. உழவுக்காகப் பயன்படுத்தப்படும் எருதுகளைச் சடங்குகளுக்காகவும் வேறுசில காரணங்களுக்காகவும் பலியிடுவது இருந்துள்ளது. சீன அரசு, இதனைப் பிரகடனப்படுத்தியது. இதனையொட்டி எழுதப்பட்டதுதான். இக்கதை. எருதைத் தன் உயிர்போலக் கருதியவனின் அனுபவமே இந்தக் கதை. "கொள்ளுப்பாட்டி" என்ற கதை மிகவும் வித்தியாசமானது. புதிய கோணத்திலும் சொல்லப்பட்டுள்ளது. ஏனைய கதைகள், காலத்திற்கேற்ற மாற்றங்களையும், மனிதர்களையும், மனிதர்களின் மன வேறுபாடுகளையும் கொண்டு புதியதொரு சூழலில் எழுதப்பட்டவை. இவை ஆங்கிலத்திலிருந்து தமிழாக்கம் பெற்ற கதைகளாகும்.

பழைய களத்தையும் என்று புதிய தடத்தையும் இக்கதைகளின் போக்கில் காணமுடியும் கண்டிருக்கிறேன். நீங்களும் காணுங்கள்.

இராம.குருநாதன்

உள்ளே...

காற்று	சன் சேன் யீ	9
நெருப்பு விதை	சீயோ குயோன்	16
சாவிக்கொத்து	யீ வெயிலீன்	24
விநோதச் சந்திப்பு	மோ யான்	34
பகட்டு நகை	சாங் ஃபூ	39
தார்ப்பாய்	பி சூபின்	48
மோகம்	ஜியோ ஜியான்க்யுன்	52
தாய் மடி	லூ சான்	56
விசித்திரத் திருமணம்	லீ ஃபூ யென்	63
எருதும் எசமானனும்	லீரூயி	70
ஏட்டுச்சுரைக்காய்	பூ சங் லிங்	78
மழலை	ஷாங்க்வெய்மிங்க்	90
கொள்ளுப்பாட்டி	பீ ஃபெய்ங்	95

காற்று

சன் சேன் யீ

வரலாற்று ஆசிரியர், சீனவரலாற்றின் பழைய காலம் குறித்து வகுப்பில் பாடம் நடத்திக்கொண்டிருந்தபோது சின், வகுப்பிற்குள் வந்து அமர்ந்தான். அவன் முகத்தில் படபடப்புடன் காணப்பட்டான். அவன் மனம் வகுப்பறையில் இருப்புக்கொள்ளவில்லை. வகுப்பிற்கு வந்தது முதலாக அவன் பாடத்தில் கவனம் செலுத்தும் நிலையிலும் இல்லை.

வரலாற்று ஆசிரியர் மிகவும் மென்மையானவர். பாடம் நடத்தத் தொடங்கினால்போதும்... பண்டைய சீன வரலாற்றில் மூழ்கிடுவார். அதுவும் ஜப்பான் வசமிருந்த சீனாவின் தலைநகராக இருந்த பீகிங்கில் படிக்கும் தன்னைப் போன்ற மாணவர்களிடம் அதிக அக்கறை காட்டுவாரே தவிர, கோபம் கொள்ளமாட்டார். தனது படபடப்பிற்கு அவரையோ, வகுப்பிற்குத் தாமதமாக வந்ததையோ காரணமாகச் சொல்ல முடியாது.

தன் சொந்த கிராமத்தில் வயதான தன் தாயை ஜப்பானிய முரடர்கள் கொன்றிருப்பார்களோ! இருக்க முடியாது. இருக்க வாய்ப்பில்லை. நேற்றுத்தானே அம்மாவிடமிருந்து கடிதம் வந்தது. நல்ல உடல்நிலையோடும், மகிழ்ச்சியோடும் இருப்பதாக எழுதியிருந்தாளே! தன் படபடப்பிற்கு அம்மாவைக் காரணமாகச் சொல்ல முடியாது.

இப்படியே தன் இதயம்துடித்ததற்கு உரிய காரணங்களை மனத்தில் அசைபோட்டவண்ணம் யோசித்துக்கொண்டிருந்தான். ஆழ்ந்த சிந்தனையில் இருந்தபோது, தன்னை யாரோ காண வந்திருப்பதாக மாணவன் ஒருவன் கூறவே, வகுப்பை விட்டு வெளியே வந்தான் சின்.

கறுப்பு உருவங்கொண்ட ஒருவன் வகுப்பறையின் வெளியே நின்றுகொண்டிருந்தான். சின் படபடப்பு அடைய அவன் காரணமாக இருப்பானோ? காரணத்தை ஒருவாறு ஊகித்தான். காலையில் வகுப்பிற்கு ஓடோடி வந்தபோது, தன்னைப் பின்தொடர்ந்தது அந்தக் கறுப்பு உருவம்தான் என்பதைக் கண்டுகொண்டான். கரிய ஆடை அணிந்த அந்த உருவம், தன் கோரப்பற்கள் தெரியும்படி வாயைத் திறந்து துப்பாக்கியைக் காட்டியவாறே 'என் பின்னால் நட' என்றது.

ஜப்பானியக் கூடாரத்திற்கு அழைத்துச் செல்லப்பட்டான் சின். கறுப்பு மிருகமான அந்த உருவம் சின்னின் பின்பக்கம் நின்று கொண்டு காலால் சின்னை ஓங்கி உதைத்தது. ஒருமுறைக்குப் பலமுறை சின் உதைபட்டான். கோர முகத்தோடுகூடிய மீசை வைத்த ஓர் ஆசாமி, அங்கு வந்து நின்றான். பிரஷ் போன்ற அடர்த்தியான புருவம் கொண்ட குண்டன் ஒருவனும் உடனிருந்தான்.

"உன் போராட்ட இயக்கத் திட்டத்தைத் தெரிவித்து விடு' மீசையைத் தடவியபடியே கண்களில் இரத்தம் பாய்ந்த கோபத்தோடு கேட்டான் அந்த ஆசாமி.

"பொய் சொல்லாதே. உன்னை நீண்டகாலமாய்ப் பின்தொடர்ந்து கவனித்துக்கொண்டுதான் வருகிறோம்" என்று சொல்லிப் பேச்சைத் தொடர்ந்தான், கொள்ளைக்காரன் போன்ற தோற்றங்கொண்ட மீசை ஆசாமி, சின்னைப் பார்த்தபடியே,

"என்ன விஷயமாய்ப் போராட்டத்திற்கான திட்டம் தீட்டிக்கொண்டிருக்கிறாய்?" என்றான், தனக்கே உரிய கடுகடுத்த தோரணையில்.

"எனக்கு ஒன்றும் தெரியாது. நான் படித்துக்கொண்டிருக்கும் மாணவன். எந்த ஒரு போராட்டமும் பற்றி எனக்குத் தெரியாது" சன்னமான குரலில் பதில் சொன்னான் சின்.

"உனக்கு ஒன்றும் தெரியாதோ?" என்று நக்கலாகக் கேட்டான் அந்த ஆசாமி. இரைமீது பாய்கிற ஆந்தையின் அலறல்போல அவன் குரல் இருந்தது. அவ்வாறு கேட்டுவிட்டு ஒரு தாளை சின்னிடம் நீட்டினான். நாட்டுப்பற்று மிக்க சில இளைஞர்களின் கையெழுத்தோடு கூடிய வாசகம் அந்தத் தாளில் எழுதப்பட்டிருந்தது. வாசகம் இதுதான். 'என் குடிமக்களே! நம்மீது படையெடுப்போரை எதிர்ப்பதற்கான நேரமிது. எழுச்சி கொள்ளுங்கள்'.

சின் அந்த வாசகத்தின்மீது பார்வையை ஓடவிட்டான். அதன் பொருள் என்னவென்று தெரியாத அப்பாவிபோலக் காணப்பட்டான். போராட்ட இயக்கத்தைச் சார்ந்த லில்லியின் வாசகம்தான் அது என்பதை ஊகித்தறிந்தான். 'லில்லி புத்திசாலிப் பெண். அவள்

அறிந்துவைத்திருந்த ‘கதாய் மொழியைப் போராட்டத்திற்குரிய குழூஉக்குறியாக அல்லவா அவள் மாற்றிவிட்டாள். அந்தத் தாளில் உள்ள வாசகத்தை எப்படி ஜப்பான் இராணுவம் புரிந்துகொண்டது? அந்த வாசகத்தை முதன்முதலாக அங்கீகரித்ததும் அவன்தான்!

நேற்று வகுப்பிற்கு வருவதற்காகத்தான் ‘ட்ராம்‘ வண்டியில் ஏறினான். பயணச்சீட்டு வாங்கும்போது சின் இன் பையிலிருந்து அந்த வாசகம் எழுதிய காகிதம் கீழே விழுந்துவிட்டிருந்தது. அதைப் பயணி ஒருவன் பார்த்துவிட்டான். அதனைக் கவனித்த சின், கீழே விழுந்த அந்தக் காகிதத்தை உடனடியாக எடுத்து ஒரு பந்துபோலச் சுருட்டித் தன்னை யாரும் சந்தேகப்பட்டுவிடக் கூடாதே என்பதனைப் புரிந்துகொண்டவனாய் அதனை வெளியே வீசி எறிந்தான். ஆனால் அது அந்தக் கரிய நிற ஆடை அணிந்திருந்த பயணியிடம் சிக்கியது. சின் இதனை முன்னமே உணர்ந்துகொண்டான். அவனிடமிருந்து தப்பித்து வகுப்பறைக்கு வேகமாக படபடப்போடு ஓடி வந்தான். அந்த இளைய பயணிதான் சின்-ஐக் கைது செய்ய வகுப்புக்கு வெளியே காத்திருந்தான்.

மீசை ஆசாமி அந்தக் காகிதத்தின்மீது கையால் ஓங்கிக் குத்திக் கிழித்தான். பின் உரக்கக் கூவினான். “உண்மையைச் சொல். இதை எழுதியது யார்? நீ அப்பாவி என்று எங்களுக்குத் தெரியும், எந்த ஒன்றையும் ஆராயாமல் அப்படியே பின்பற்றி நடப்பவன் என்பதையும் அறிவேன். இதை எழுதியது யாரென்று சொன்னால், உன்னை வீட்டுக்குச் செல்ல அனுமதிக்கிறேன்.” மீசை ஆசாமியின் குரல் இப்போது தாழ்ந்து ஒலித்தது.

எதிரியிடமிருந்து இரக்கத்தைப் பெறுவது பயனற்றது என்பதை சின் அறிவான். அவனிடமிருந்து பதில் வந்தது, “எனக்கு எதுவும் தெரியாது!”

ஜப்பானியக் கொலை வெறியனான அந்த மீசை ஆசாமி கொதிப்படைந்தான். “உனக்குத் தெரியாதா? உங்கள் தலைவனைக் கைது செய்தாச்சு. அவனிடமிருந்து எல்லா விஷயங்களும் இன்னும் கொஞ்ச நேரத்திலே தெரிஞ்சுடும்” என்றான் சின்-ஐப் பார்த்து.

சின் தனக்குள் சிரிப்பை அடக்கிக்கொண்டான். அந்த மீசை பொய் சொல்கிறது என்பது புரிந்தது. அப்பட்டமான பொய். உண்மையைத் தன்னிடமிருந்து பெறவே அவ்வாறு சொல்கிறான் என்பதற்கான பேச்சு அது. தலைவனே நான்தான் என்பதை அவர்கள் எங்கே உணர்ந்துகொள்ளப்போகிறார்கள் என்று சின் எண்ணியபோது அவனுக்குள் எழுந்த சிரிப்பை மெல்ல அடக்கிக்கொண்டான்.

“இவனை வழிக்குக் கொண்டுவருவது உங்கிட்டத்தான் இருக்கு” அந்தப் புருவ ஆசாமி மீசையிடம் சொல்லிவிட்டுப் பற்களை நறநற

என்று கடித்தபடியே ஓங்கி சின்னின் முகத்தை நோக்கி ஒரு குத்து விட்டான். சின் சிறிது நேரத்தில் மயக்கமுற்றான். கீழே விழுந்தவனை ஒரு செத்த நாயைப்போல சின்னின் விலாஎலும்பைக் குறிவைத்துத் தாக்கினான்.

ஐஸ் பெட்டியிலிருந்து எடுத்த குளிர்ந்த நீரைச் சின்னின் முகத்தில் தெளித்தனர். மயக்கத்திலிருந்து மீண்டான் சின். கண்களைத் திறந்து பார்த்தான். "உண்மையைச் சொல்" என்றது மீசை. "எனக்கு எதுவும் தெரியாது." என்று மீண்டும் மீண்டும் அதையே திருப்பிச் சொன்னான் சின். ஊதுவத்தியைக் கொண்டுவந்து அவன் முகத்தருகே காட்டினர். அதன் புகை மணம் சின்னை எங்கோ கொண்டு சென்றது.

புதிய உலகம் நோக்கி அவனது ஆன்மா பயணமானது. மனிதரே இல்லாத உலகத்திற்குப் பயணம் செய்தது. அந்த உலகில் கொடுமை என்பதே இல்லை. எங்கும் பச்சைப் புல்வெளிகள், அடர்ந்த மரங்கள், பளிங்குபோன்ற தூய்மையான குளம். அதில் துள்ளிக் குதித்தபடி மீன்கள். மூங்கில் காட்டிலிருந்து லில்லி நடந்து வந்துகொண்டிருந்தாள். எப்போதும்போலவே அவள் முகத்தில் புன்சிரிப்பு. துயரங்களின் சுவடுகளை அறியாதவளாய்ப் பழைய பள்ளித் தோழியாகவே அவன்முன் வந்து நின்றாள்.

"சின், இன்றைக்கு விடுமுறை. கணக்கு ஆசிரியருக்கு உடல்நலம் சரியில்லையாம்" என்று சொல்லியவாறே இயற்கையழகு மிகுந்த காலை நேரத்துக் கதிரவனைக் காட்டிப் பரவசமடைந்தாள். "இந்த இனிய பொழுதில் ஆடிப் பாடுவோம். வா" என்றாள். அவன் அழுதுகொண்டிருப்பதைப் பார்த்தாள். "விடுமுறை என்பதையும் மறந்து அழுகிறாயே" என்றாள் லில்லி. சின் அழுதுகொண்டிருந்தான். அவனது கண்ணீரைத் துடைத்தாள் லில்லி.

உண்மையில், சின் அழுதுகொண்டுதானிருந்தான். இடம் சோலையல்ல. அங்கு லில்லியும் இல்லை. சின் அடைக்கப்பட்டிருந்த இருட்டறை ஒரு 'செல்'. அங்கே தனிமையுற்றான்.

சின் படுத்துக் கிடந்தான். விலா எலும்பு தளர்ந்துபோனதுபோல் ஓர் உணர்வு. இடுப்பு வலித்தது. நுரையீரலுக்குள் காற்றுப் புகாதபடிக்கு இறுகி ரப்பர் போன்று இருந்தது. அது எந்த நேரத்திலும் வெடித்துச் சிதறிவிடுமோ என்றிருந்தது. மூக்கைத் தொட்டுப் பார்த்துக்கொண்டான். அது இரத்தம் கசிந்துபோய் உறைந்திருந்தது.உடம்பை அசைக்க முயன்றான். முடியவில்லை.

தாழ்வாரத்தில் ஜப்பானிய வீரர்களின் காலடி ஓசை கேட்டது. அணிவகுப்பு! பூட்ஸின் கடூரமான ஓசை தவிர வேறு எதுவும் அவன் காதுகளுக்குக் கேட்கவில்லை. 'செல்'லில் அடைக்கப்பட்டிருந்த கைதிகளின் முகங்களில் மௌனம் வரியிட்டிருந்தது. சின் சிலரிடம்

பேசுவதற்கு முயன்றான்; முடியவில்லை. அவனது குழந்தைப்பருவம் நினைவிலிருந்து மறைந்ததைப் போல, லில்லியின் உருவமும்கூட நினைவிலிருந்து மறந்துபோகத் தொடங்கியது.

சின்னை ஒருவித நடுக்கம் ஆட்கொண்டது. அந்த இடத்தின் சூழ்நிலையை அப்போதுதான் உணர்ந்தான். மனிதநேயம் பற்றிய கனவை, இளைஞர்களிடம் அரும்பியிருந்த நாட்டுப்பற்றை ஒருசேரப் புதைத்துவிட்ட இடம்தான் இந்த இடம் என்பதை உணர்ந்திருந்தான். வாழ்வின் ஒவ்வொரு பகுதியை, அதன் பொருளை வாழவேண்டியதன் அவசியத்தைத் தன் நெஞ்சில் விதைத்திருந்தான்.

'தன் நாட்டு மக்களுக்குத் துரோகம் இழைத்துவிட்டுத் தனது ஆன்மாவை ஜப்பானியருக்கு விற்றுவிட்டால், இந்தத் தண்டனை யிலிருந்து மீண்டுவிடலாம். அப்படி மீள்வது சரியா? பிறகு வாழ்க்கை என்று எது இருக்க முடியும்? வாழ்வதன் பொருள்தான் என்னவாக இருக்கமுடியும்?'

இப்படிப்பட்ட சிந்தனையை எண்ணிப் பார்த்தபோது, சின்னின் கண்களிலிருந்து கண்ணீர் திரண்டது. நாட்டு மக்களின் நிலையை நினைத்து அவனது இதயம் கனத்திருந்தது.

அவன் தந்தை நாட்டுப்பற்று மிக்கவர். இளமை வாழ்க்கையைச் சிறையில் கழித்தவர். 'மஞ்சூ' சிறையில் வாழ்க்கையின் பெரும்பாலான நாள்களைக் கழித்திருந்தார். விடுதலை பெற்ற சில தினங்களில் இறந்துபோனார். மரணப்படுக்கையில் இருந்தபோது சின்னின் அம்மாவிடம் கூறிய அவரது இறுதி வாக்கியங்கள் அவனது நினைவில் உறைந்திருந்தன. 'என் வாழ்க்கையைப் பிறர் தொடருவார்கள்' ஆம்! புதிது புதிதாய் வரும் தொடர்ச்சியல்லவா வாழ்க்கை என்பதைப் புரிந்துகொண்டவனாய் சின் காணப்பட்டான்.

'இச்சமூகத்தில் நான் ஓர் அங்கம். என் பங்கை நாட்டுக்காக ஓரளவு செய்து வந்துள்ளேன். லில்லி இந்தப் போராட்டக் குழுவிற்குத் தலைமை வகிப்பாள். ஆம். நான் தொடங்கிய இயக்கத்தின் தொடர்ச்சிதான் அவள். இந்தப் பணியைத் தொடர்வதற்கு நண்பர்களால் அவள் தேர்ந்தெடுக்கப்படுவாள். எத்தகைய திறமைசாலி அவள். எச்சரிக்கையோடும் திறமையோடும் பொறுப்புணர்ச்சியோடும் காரியம் ஆற்றுவாள்! நினைவுச்சுவட்டில் அவளை மீண்டும் கொண்டுவந்தான் சின். அவளது புன்சிரிப்பு ஒரு கணம் நினைவுத்தடத்தில் வந்துபோனது. அவளது புன்சிரிப்பா அது? அட்டகாசமான சிரிப்பல்லவா அது! நாட்டு மக்களின் நம்பிக்கையை, ஒளிக்கற்றையை ஒன்று சேர்க்கும் சிரிப்பல்லவா அது!

மெய்மறந்து சிந்தனையில் ஆழ்ந்த அந்தக் கணத்தில், இருட்டறையின் கதவுகள் திறக்கப்பட்டன. அடைபட்டிருந்த இரு இளைஞர்களைப்

பிடித்துப்போயினர். பொழுதும் இருட்டியிருந்தது. வானப்பரப்புக்கூட கண்ணுக்குத் தெரியாதிருந்தது. 'சுடுங்கள்' என்று கர்ண கொடூரமான குரலில் யாரோ சொல்லியதுதான் தாமதம்! இளைஞர் இருவரும் மண்ணை முத்தமிட்டவாறே சாய்ந்தனர்.

திடீரென்று சின், தன்னிடம் இருந்த ஒரு சிறிய நோட்டிலிருந்து ஒரு தாளைக் கிழித்தான். எதையோ விரைவாக அதில் கிறுக்கினான். 'லில்லி, எனது போராட்ட வாழ்க்கையைத் தொடர்' என்பது அவன் எழுதிய சுருக்கமான வாசகம். அந்த வாசகம் காற்றில் பறந்து வீதிகளில் அலைந்து லில்லியின் கைகளில் கிடைக்கவேண்டும்' என்று வேண்டிக்கொண்டான்.

அவன் கடுங்காற்றை எதிர்பார்த்துக் காத்திருந்தான். அன்றைய இரவில் காற்று வீசுவதாகத் தெரியவில்லை. சின்னை வேறொரு அறைக்கு அழைத்துச் சென்றான் கறுப்பு நிற ஆடை அணிந்திருந்த ஆள்.

ஜப்பானிய மீசைக்காரன் முன், சின்னைக் கொண்டுவந்து நிறுத்தினான். "உண்மையைச் சொல்லிவிடு" உன்னைப் போன்ற இளைஞர்கள் அவசரப்பட்டு இப்படிப் போராட்டக்களத்தில் எங்களுக்கு எதிராக இயங்குவதைப் பார்க்கிறேன். உங்கள் இயக்கத்தின் தலைவன் யார்? எங்கிருக்கிறான்? விவரங்களை முழுமையாகச் சொல்லிவிட்டால் விட்டுவிடுகிறேன். இல்லையென்றால் அந்த இரு இளைஞர்களுக்கும் நேர்ந்த கதிதான் உனக்கும். 'மிகிடா' அரசை எதிர்ப்பது வீண் என்பதைத் தெரிந்துகொள்." என்றான் மீசை ஆசாமி.

சின் கோபமுற்றான். கணையகளாகப் புறப்பட்டன வார்த்தைகள். "நான் நாட்டுப்பற்றுமிக்கவன், இதைத்தவிர வேறொன்றையும் அறியாதவன்." என்றான்.

உடல் முறுக்கேறியிருந்த இரு முரடர்கள் வார்ப்பட்டையால் சின்னின் முதுகில் விளாசினர். மரம் சாய்வதுபோல சின் சரிந்தான். பேச்சற்றுப் போனான்.

மீசைக்காரன் கத்தினான். "இனி இவன் வழிக்கு வரமாட்டான். அந்த இளைஞர்களுக்குத் தந்த தண்டனைதான் இவனுக்கும்"

மீண்டும் சின் சிறையில் அடைக்கப்பட்டான். சின் கண்மயங்கிய நிலையில் எங்கோ பயணம் செய்வதுபோல் ஓருணர்வு. அண்ணாந்து பார்த்தான். ஆகாயத்தில் விண்மீன் ஒன்று தெரிந்தது. 'ஓ! இன்னும் நான் இருக்கிறேன்.'

காகிதத்தில் தான் கிறுக்கியிருந்த வாசகம் அவனுக்கு நினைவு வந்தது. 'லில்லி! என், போராட்ட வாழ்க்கையைத் தொடர். இறுதியாக எழுதப்பட்ட வாசகத்தைப் படி.'

காற்று அடித்தால் பரவாயில்லை. காற்று வரும் திசைநோக்கி. காற்று வராதா என்று வேண்டிக்கொண்டான். அந்தக் காகிதம் லில்லிக்குக் கிட்டாதா? அவள் கைக்கு அது கிடைக்கவேண்டுமே!

காவல் படையினர் அந்த செல்லிலிருந்து சின்னை இழுத்துச் சென்றனர். "எங்களோடு வா, முடிவு கிடைக்கும் உனக்கு." அந்த இளைஞர்களுக்கு ஏற்பட்ட கதிதான் தனக்கும் என்பதை உணர்ந்துகொண்டவன், மிகுந்த தவிப்போடு முணுமுணுத்துக்கொண்டான். 'காற்று... காற்று... இன்னுமா காற்று வீசவில்லை...' இன்னும் காற்று வீசியபாடில்லேயே!

▬▬▬

இராம.குருநாதன்

நெருப்பு விதை

சீயோ குயோன்

வெளிறிய மஞ்சள் நிற வட்டத்தோடு வானம் மேகக்கூட்டத்தைத் திரட்டியிருந்தது. இருளும் குளிரும் கைகோர்த்துக் கொண்டிருந்த மாலை நேரம். காற்றையும் புயலையும் எதிர்பார்த்திருந்தது வானம். தன் வலிமையைக் காட்டி மக்களை ஏளனத்தோடு பரிகசிக்க வருவது போலப் புயல் வரத்தொடங்கியது.

இன்று இரவு வேண்டுமானால், நீங்கள் படகுகளில் பெண்களுடன் ஆடியும் பாடியும் பொழுதைக் களிக்கலாம்; நாளை அது நீடிக்காது.

காற்று, படகின் பாய்மரங்களைத் தாக்கி நொறுக்கிவிடும். மரங்களைப் பிடுங்கி எறியும். வீடுகளைச் சூறையாடும் என்று எச்சரிக்கை விடுத்ததுபோல இருந்தது காற்றின் சுழற்சி. தன் வலிமையைக் காட்டத்தான் புயலின் இப்படிப்பட்ட பரிகசிப்பு.

கல்லூரியின் மைதானத்தில் சற்று மேடான இடமொன்றில் பைன் மர நிழலருகே வந்து அமர்ந்தான் ஷன் ஷியாகி. சட்டைக்காலர்வரை பொத்தானை இறுக்கமாகப் பொருத்தியிருந்தான். சட்டைப் பைக்குள் இருந்து 'கஷ்' கொட்டைகளை எடுத்தான். கட்டை விரலுக்கும், சுட்டுவிரலுக்கும் இடையே வைத்துச் சற்றே கோபத்தோடு அழுத்தி நசுக்கினான்.

சில்லிட்ட குளிர் அவனைத் தாக்கியிருக்கவேண்டும். அந்த வெறுப்பைக் கொட்டையின்மீதும் காட்டினான். அதன் தோடு பட்டென்று ஒலி எழுப்பியவாறு உடைந்தது. கொட்டையையும், குளிர்காற்றையும் ஆத்திரத்தோடு திட்டித் தீர்த்தான். அதற்குக் காரணமிருந்தது.

ஷன் ஷியாகி, மாணவர் விடுதி நோக்கி வந்துகொண்டிருந்தான். பனி மெல்ல இறங்கிக் கொண்டிருந்தது. காற்றில் அசைந்தபடியே

மங்கலாக விளக்கு எரிந்தது. காலில் பனிச்சறுக்கு உருளையைப் பொருத்திக்கொண்டு பனிச்சறுக்கு விளையாட்டிற்குச் செல்வோரை வழியில் காண நேர்ந்தது. அவ்வுருளையின் கிரீச் சென்ற ஒலி அவன் இதயத்தைக் கிழிப்பது போன்று இருந்தது. திரும்பிப் பார்த்தான். மைதானத்தின் படிக்கட்டுகள் தெரிந்தன.

அதே இடத்தில் கடந்த ஆண்டின் கோடைக்காலத்தில் சிநேகிதி 'குயிங்'குடன் அமர்ந்துகொண்டு நன்கு அறிமுகமான பாடல்களைப் பாடிப் பொழுதைக் கழித்ததை எண்ணிக்கொண்டான். 'கஷ்' கொட்டைகளை உடைத்து அதிலுள்ள பருப்புகளை அவளுக்கு அளிப்பான்.

சென்ற ஆண்டின் இதே நாளில் மகிழ்ச்சியாக இருந்த சூழ்நிலை நினைவில் நிழலாடியது. அவன் வாழ்க்கையும்கூட அந்தப் பொன்னிறமான செழிப்போடிருந்த 'கஷ்' கொட்டைகளைப் போல ஒளி வீசியது. ஆனால், இப்போதோ விதி அவளை வேறொரு திசையில் பிரித்துவிட்டது. அந்த நினைவுகளோடே விடுதி வந்து சேர்ந்தான் ஷன் ஷியாகி.

விடுதியின் வெளியே உள்ள சுவரில் ஒட்டப்பட்டிருந்த வாசகத்தைக் கண்டான்.

'ஜப்பானியக் குள்ளர்கள் வடசீனப் பகுதியைக் கொறித்துக் கொண்டிருக்கும்போது, மகிழ்ச்சியில் திளைத்துப் பொழுதுபோக்குவது துரோகச் செயலாகும்.

ஷன் ஷியாகி அதைப்பற்றிய சிந்தனையில் அலட்டிக்கொள்ளவில்லை. தனிப்போக்குடையவன் அவன். தனது அறையில் வயலின் வாசித்துக்கொண்டிருந்தான். அவனது அறைக்கதவை வேகமாகத் தட்டினர் சிலர். 'வாசிப்பதை நிறுத்து.' உரக்கக் குரல் கொடுத்தனர். அவனுடைய சிநேகிதி குயிங் மாணவர் தலைவனோடு அறைக்குள் நுழைந்தாள். முன்பு ஒருசமயம் இதேபோல நடந்த நிகழ்வில், அவள் தலையிட்டு அவனுக்குச் சார்பாகப் பேசிக் கைகலப்பு நேர்ந்துவிடாமல் தடுத்தவள்.

'குயிங்! அவளா இப்படி? தன் தோளில் சாய்ந்துகொண்டு வயலின் இசையை ஆவலோடு கேட்டவளாயிற்றே... அவளா இப்படி? இப்போதும் அப்படிக் கேட்பாள் என்ற நம்பிச் கையோடு அவளை நோக்கினான். அவள் இல்லை, இவள். மாறிவிட்டிருந்தாள். கனமான நீலச்சட்டையுடன் சிவப்புப்பட்டையை அங்கியாக அணிந்திருந்தாள். சூழ்நிலை தலைகீழாக மாறிவிட்டிருந்தது. அவள், தன்னைவிட்டுத் தொலைதூரம் போய்விட்டாளே! தனக்கு விருப்பமானவள் இவ்வாறு மாறிவிட்டாளே' என்று எண்ணினான்.

"ஷியாகி... நிறுத்து உன் பாட்டை! ஜப்பானியர் நமது நாட்டின் நெடுஞ்சுவரைக் கடந்து நம் நாட்டிற்குள் நுழைந்துவிட்டார்கள். இந்த நேரத்திலுமா நீ பாடல் இசைக்கிறாய்? அந்தக் கடூரமான ஓசையை நிறுத்தமாட்டாயா?" வார்த்தைகள் அவளிடமிருந்து உரத்த குரலில் வெளிப்பட்டன. ஷியாமிக்கு அவள்மீது இன்னும் நம்பிக்கை இருந்தது. அவனது வயலினைத் தோளில் அழுத்தியவாறே குயிங்கை நோக்கி நெருங்கினான்; அவளது கையைப் பற்றிக்கொண்டான்.

"தோழனே! கையை எடு." அவள் இப்போது அவளுக்கு இடப்பட்ட கட்டளைக்கு இணங்க இங்கு வந்திருப்பவள். முதலில் அவளிடமிருந்து உன் கையை எடு" என்று மாணவர் தலைவன் குரல் கொடுத்தான்.

தோழனாம் தோழன்... இந்தக் குழுவுக்கு அப்படியொரு எண்ணமா? மௌனமாக ஆத்திரப்பட்டான் ஷியாகி. முந்நூறு யுவானுக்கு அந்த வயலினை வாங்காதிருந்தால், 'ஒருவேளை அந்தத் தாடிக்கார-மாணவர் தலைவன்மீது எறிந்தாலும் எறிந்திருப்பான். அவ்வளவு ஆத்திரம் அவனுக்கு! 'என் குயிங், எப்போது அந்தக் குழுவிற்குத் தோழியானாள்' என்று நினைத்து அவன் வியந்துபோனான்.

முன்பெல்லாம் மிங்கிள் திரையரங்கில் என்ன படம் நடக்கிறது என்றெல்லாம் கேட்டு அதைப் பற்றியே பேசுவாளே. இப்போதெல்லாம் அதைத் தவிர்த்துவிட்டு, நாட்டு நடப்பிற்கு முக்கியத்துவம் தரும் வகையில், பத்திரிகைச் செய்திகளைப் படித்தாயா? என்ற பாணியில் அவள் கேள்வி இருந்தது.

அந்த அளவிற்கு அவள் மாறியிருந்தாள்.

பெண்களே ஒரு புதிர்தான் என்பதைப் புரிந்துகொண்டான். பெண்களின் மகிழ்ச்சி ஆண்களைப் போல அல்லாமல், வித்தியாசமாகத்தான் இருக்குமோ? நெருங்கி வருவது போன்ற இன்பம் நொடிக்குள் கைவிட்டுச் சென்றுவிட்டதே! எந்தவகையிலெல்லாம் அவளை மகிழ்ச்சியாக இருக்கும்படி வைத்திருந்தேன்!

அவளுக்காக, அவளை மகிழ்ச்சிப்படுத்த எத்தனை எத்தனை வகைகளில் பாடிக்காட்டி மனநிறைவு அளித்திருக்கிறான். எத்தனை பெரிய உணவு விடுதிகளுக்கெல்லாம் அழைத்துச் சென்றிருக்கிறான். அவற்றையெல்லாம் புறக்கணித்துவிட்டு, அவர்களோடு அல்லவா சேர்ந்துகொண்டாள்! தன் அப்பாவின் எதிரிகளோடு அல்லவா அவள் சேர்ந்துவிட்டாள்!

"ஷியாகி, நீ வரவில்லையென்றால் விட்டுவிடு என்னை! குடிமகள் என்றவகையில் எனக்குக் கடமை உணர்வு இருக்கிறது. வேறெதையும் சிந்திக்கும் நேரமல்ல இது" என்று கூறிய குயிங், அவர்களோடு சென்றுவிட்டாள். அவள் குரலில் உறுதி இருந்தது. ஷியாகி உண்மையில்

மனம் உடைந்துபோனான். 'அந்தப் போராட்டக் குழுவோடு அப்படி என்ன கடமை ஆற்றப்போகிறாள் அதையும்தான்? பார்த்துவிடுகிறேன்' என்று எண்ணிக்கொண்டான்.

ஷியாகி விடுதியைவிட்டு வெளியே வந்தான். இரண்டு மூன்று பேர் ஜோடியாகச் சேர்ந்து பனிச்சறுக்கில் ஈடுபட்டிருந்தனர். கைகோர்த்து மிக வேகமாகச் சுற்றிக்கொண்டிருந்தனர், அந்தி நேரத்து வெளவாலைப் போல! ஷியாகியும் பனிச்சறுக்கில் தேர்ச்சி பெற்றவன்தான். தற்போதைய சூழ்நிலையில் அவன் கண்ட அந்தக் காட்சியில், மனம் லயிக்கவில்லை. சென்ற ஆண்டு இதேசமயம் தன்னோடு குயிங் கைகோத்து விளையாடியதை நினைத்துக்கொண்டான். அப்போது அவள் கருஞ்சிவப்பு ஆடையில் இருந்தாள். வெள்ளை நிறக் கழுத்துப்பட்டைத் துணியைக் காற்றில் பிடித்தவாறே சுற்றிவந்ததை எண்ணிப் பார்த்தான். கடந்த காலத்தை இப்போது எண்ணிப் பார்ப்பதால் என்ன பயன்? என்று யோசித்தவாறே பாலத்தைக் குறுக்காகக் கடந்தான். அவளை வலுக்கட்டாயமாக அழைத்துச் செல்லவேண்டியதுதான் என உறுதியான தீர்மானத்தில் இருந்தான். அமெரிக்க உளவியல் அறிஞர் ஒருவர் கூறியிருந்ததை அரைகுறையாக நினைவுபடுத்திக் கொண்டான். 'வீரமகனை மணப்பதற்கென்றே பிறந்தவர்கள் பெண்கள்'. வீரத்தன்மையில் தான் எப்படிப்பட்டவன் என்பதை அவளிடம் காண்பிக்கவேண்டும்' என்று நினைத்திருந்தான்.

'மாணவர் விடுதிக்கு வெளியே வண்ண வண்ணச் சுவரொட்டிகள். முன்வாசலில் சரியாக ஒன்பது மணிக்குப் பேரணியில் கலந்துகொள்ளவேண்டும். ஊர்வலத்தில் ஒழுங்குமுறையைக் கடைப்பிடித்துக் கட்டுப்பாட்டுடன் செல்லவேண்டும். காவலர்கள் தலை யிட்டாலும் பரவாயில்லை. நாம் அதற்குத் தயாராக இருக்கவேண்டும். தோல்வி கண்டு துவளுவோர் ஒழிக.' என்று எழுதப்பட்ட வாசகங்களைப் படித்து முடித்ததும், ஷியாங்கின் கோபம் எப்போதையும்விடத் தீவிரமடைந்தது.

மாணவர் குழு கலந்தாலோசிக்கும் அறை நோக்கிச் சென்றான். கதவைத் தட்டினான். ஓர் உருவம் எட்டிப்பார்த்தது. கதவைத் தட்டியவனுக்கும், தங்கள் குழுவிற்கும் சம்பந்தம் இல்லை என்று நினைத்துக் கதவை மூடிக்கொண்டது அந்த உருவம். தனது முட்டியால் ஓங்கித் தட்டினான் ஷியாங். கதவு திறக்கப்பட்டது. மின்சார வெளிச்சத்தில் அங்கே சில முகங்களைக் கண்டான். கோபத்தோடும் கிளர்ச்சியோடும் முன்னெச்சரிக்கையோடும் உறுதி தளராத இறுக்கத்தோடும் இருந்த முகங்கள் அவை.

ஷியாங்கின் நுழைவைப் பொருட்படுத்தாது தங்கள் செயலில் ஈடுபட்டிருந்தனர். "உனக்கு என்ன வேண்டும்?" என்று சிலர் கேட்டனர். அறையை நோட்டமிட்டான் ஷியாங். மாணவர்களில்

ஒருவன் தாள்களைக் கத்தரித்துக்கொண்டிருந்தான். மற்றொருவன் பெரிய திரைத்துணியில் எழுதிக்கொண்டிருந்தான். மூன்று பெண்கள் எதையோ படியெடுத்துக்கொண்டிருந்தனர். அங்கு குயிங் அச்சு இயந்திர உருளையைப் பிடித்தபடி நின்றிருந்தாள்.

"குயிங் இங்கே வா" என்று கத்தினான் ஷியாங். அவளது முகம் இறுக்கமாயிற்று. தலைமுடி வாரப்படாமல் இருந்தது. சரியான தூக்கமில்லாததால் கண்களும் சோர்ந்திருந்தன. அவனது வருகையால் அதிர்ச்சியடைந்தாள். அதேசமயம் சக தோழர்களுக்கு மத்தியில் குற்றவுணர்வும் அவளிடம் தலைகாட்டியது. அவனை நோக்காமல் சுவரில் மாட்டியிருந்த தேசப்படத்தைப் பார்த்தவாறு, முகத்தைத் திருப்பிக்கொண்டாள். முகத்தில் தவழ்ந்த முடியை ஒதுக்கியவாறே கடுமையான குரலில் "இது எங்களோட அலுவலகம், வெளியே போ" என்றாள்.

அவ்வாறு சொல்வாள் என்று ஷியாகி எதிர்பார்க்கவில்லை. அவனது விழிகளில் சீற்றம் மிகுந்தது. பெரிய துணியில் எழுதிக் கொண்டிருந்த இளைஞனைக் கண்டதும், அவனது கோபம் மிகுதியாயிற்று. அவன்தான் அன்றொரு நாள் தன் அறைக்கு வந்த அந்தத் தாடிக்கார இளைஞன். அவனைக் கண்டதுமே சண்டைக்குத் தயாராவதுபோல, விருட்டென்று பாய்ந்து அந்த இளைஞனின் முழங்கையைப் பிடித்துத் தள்ளினான். அந்த இளைஞன் இந்தச் செயலைப் பெரிதாகப் பொருட்படுத்தியதாகத் தெரியவில்லை. தன் வேலையிலேயே கவனமாக இருந்தான்.

குயிங்கின் முகம் வெளிறியிருந்தது; நடுங்கிப் போனாள். இவ்விதக் குழப்பத்திற்குக் காரணமே தான்தான் என்பதை உணர்ந்தாள். அச்சு இயந்திர உருளையை ஒருத்தியிடம் ஒப்படைத்துவிட்டு, ஒரு நிமிடத்தில் வந்துவிடுவதாகச் சொல்லிவிட்டுக் கதவருகே வந்தாள். ஷியாங்கை நோக்கித் தன்னைப் பின்தொடர்ந்து வருமாறு சைகை காட்டினாள். ஷியாங் இதனைச் சற்றும் எதிர்பார்க்கவில்லை. சண்டை செய்வதை விட, இது எவ்வளவோமேல் என்று அவனுக்குத் தோன்றியது. அந்த அறையிலிருந்தோரை இறுமாப்போடு பார்த்தவாறே அவளைப் பின் தொடர்ந்தான்.

"எப்படி மாறிப்போயிட்டே, குயிங்! பேய் கீய் பிடிச்சிடுச்சா உனக்கு?"

கைகளைப் பின்னால் கட்டிக்கொண்டு சுவரைநோக்கியவாறே விறைப்பாக நின்றாள் குயிங். அவளது முகத்தில் கோரவெறி தாண்டவமாடியது. அவன் தன்னை நெருங்கித் தொடாதவாறு பார்த்துக் கொண்டாள்.

"நான் ஒன்னும் மாறவில்லை. மில்லியன் கணக்கா நம்ம மக்கள் முற்றுகைக்கு ஆட்பட்டு, அடிமைகளாக நடத்தப்பட்டு இருக்கிறபோது

உன்னோடு அற்பமான காரியங்களையெல்லாம் பேசிக் கொண்டிருக்க எனக்கு நேரமில்லை, பொழுதுபோக்க உனக்கு வேண்டுமென்றால் நேரமிருக்கலாம். நான் செய்யவேண்டிய பணி அதிகமிருக்கு. ஜப்பானியர்கள் எந்த நேரத்திலும் இந்த நகரத்தினுள் நுழையலாம். பீஜிங் நகரம் இதுவரை காணாத அளவுக்கு மிகப் பெரிய பேரணியை நாளை நடத்தப்போறோம். வேண்டுமென்றால் உன் அப்பாவிடம் சொல்லி எங்களையெல்லாம் கால்களால் மிதிக்கச் செய், பார்ப்போம் என்றாள்.”

மூடியிருந்த கதவைத் திறக்க கை வைத்தபோது, அவன் அவளைத் தடுக்க முயன்றான். அவளை நோக்கி இறைஞ்சியவாறே “தயவுசெய்து நாளைய பேரணியில் கலந்துகொள்ளாமல் ஒதுங்கிவிடு. அப்பா இருமுறை பேரணி பற்றித் தொலைபேசியில் பேசினார். அவர்கள் போருக்கு ஆயத்தமாகிவிட்டார்கள். குண்டாந்தடிகளுக்கும், துப்பாக்கித் தோட்டாக்களுக்கும், கொடுவாளுக்கும் கண்கள் இல்லை. அவை யாரையும் விட்டுவைக்காது. இன்னார், இனியார் என இனங் குறிக்காது. பீரங்கிகளும் தயாராக இருக்கிறதாம்” என்று அவசர அவசரமாகச் சொல்லிவிட்டுத் தன் பைக்குள் இருந்த ‘கஷ்’ கொட்டையை வெளியே எடுத்தான். “இதன்மேல் தோடுகளைப்போல, நீயும் கண்டதுண்டமாக உடைந்து நொறுங்கிப்போவாய். நான் சொல்வதைக் கேள். பேரணியில் கலந்துகொள்ளாதே.”

கண்ணீருடன் வெளிப்படும்படியான அவனது பேச்சைச் சற்றும் பொருட்படுத்தாத குயிங், கதவைத் திறந்தபடியே கூறினாள். “உன் அப்பா ஆயுதங்களோடு ஆயுதமாக அழிந்துபோகட்டும். நீயும் போய் அவருடைய துப்பாக்கியைத் துடைத்து பளபளப்பு ஏற்று, போ!””

மறுநாள் காலைப்பொழுது சூறைக் காற்றுடன் விடிந்தது. கருமேகம் வானில் மங்கலாகத் தெரிந்தது. மரங்களிலிருந்து கிளைகளைப் பிடுங்கி எறிவது போன்றும், மெலிந்த பிச்சைக்காரர்களின் கரங்களை வெட்டிப் பிடுங்கி முறிப்பது போன்றும், சுழற்காற்று அடித்து விளாசியது. ஆயிரக்கணக்கில் இளைஞர் அணி வீதிகளில் திரண்டது. அந்த அணியினர் சுழற்காற்றைச் சிறிதும் பொருட்படுத்தவில்லை. தொண்டை கிழிய முழக்கமிட்டனர். கடுஞ்சூறாவளிக் காற்றிலும் கூட, உரக்க முழக்கமிட்டவாறே இருந்தனர். அவர்களின் சீற்றமும் புயலின் சீற்றமும் தணிந்தபாடில்லை. வயிற்றுப் பாட்டையும் அவர்கள் பொருட்படுத்தவில்லை.

கடுங்குளிரில் ‘மேக் பீ’ பறவைகள் கூட்டிற்குள்ளே அடைபட்டுக் கிடந்தன. நாய்கள் தமக்கென்றிருந்த பட்டிகளில் சுருண்டுகிடந்தன. சும்மாடு தூக்கியபடியே காய்கறி விற்போர் குளிருக்கு அஞ்சி வெளியே தலைகாட்டவில்லை. இப்படிப்பட்ட கடுங்குளிர்ப் பொழுதிலும்கூட இளைஞர் கூட்டம் அதனைப் பற்றி நினைக்கவில்லை. ஜப்பானியப் படைகள் தம் நாட்டுக்குள் புகுந்துவிடும் அபாயத்தை மக்களுக்கு

எடுத்துச் சொல்லி எச்சரிக்கை செய்துகொண்டிருந்தது அக்கூட்டம். அவர்களின் செயல்களில் நம்பிக்கை குறையாதிருந்தது.

'மக்களை அமைதிப்படை' என்று சொல்லிக்கொண்டுவந்த கூட்டம் ஒன்று, அந்த இளைஞர் கூட்டத்தினிடையே புகுந்து கலகம் விளைவிக்கத் தொடங்கியது. ஆர்ப்பாட்டம் செய்வோரிடையே பாய்ந்தனர். பளபளப்பான கத்திகளுடன் தாக்கத் தொடங்கினர். இரத்தம் வழிந்தோடியது. கூட்டத்தைக் கலைப்பதற்குத் தண்ணீரை குழாய்மூலம் பாய்ச்சினர். இளைஞர்களின் முழக்கம் ஓயவில்லை. 'சமாதானம் தேவையில்லை. உரிமையைக் கொடு, இல்லையேல் மரணத்தைக் கொடு' என்று எந்த ஒன்றையும் பொருட்படுத்தாமல் உரக்க முழக்கமிட்டது. இடி முழக்கமெனக் குரல் வெளிவந்தது. சிலர் கல் எறிந்தனர்; சிலர் புலம்பத்தொடங்கினர். கூட்டம் அதிகமாக வந்துகொண்டேயிருந்தது. 'ஹேட்மேன்' வாயிலை நோக்கிப் பெருங்கூட்டமாக முன்னேறினர்.

இரவு நெருங்கியது. கூட்டம் அப்போதுதான் மெல்லக் கலையத் தொடங்கியது. சோர்வினால் சிலர் மயக்கமுற்றனர். சிலரைப் பசி தனிமைப்படுத்தியது; பேரணியில் கலந்துகொள்ள வந்த பெருந்திரளை, வீதிகளின் சந்துகளில் தடுத்து நிறுத்தி வைத்திருந்தனர். அந்தி நேரத்தில் அந்த நகரம் ஒரு போர்க்களமாகக் காட்சி அளித்தது.

பேரணிக் கலவரத்தில் காயம்பட்டவர்களை மருத்துவ முகாமிற்குக் கொண்டு சென்றனர். மருத்துவமனையின் நடைபாதையில் மூத்த மனிதர் ஒருவர் தம் மகனைத் திட்டிக்கொண்டிருந்தார். "ஒன்றுக்கும் உதவாத பன்றியே, நீ ஏன் அவளைத் தடுத்து நிறுத்தவில்லை? இன்னொருத்தருடன் இருக்க அவளை அனுமதிப்பியா? இங்கு எங்கே இருக்கிறாள் அவள்? காயம்பட்டு, ஊனமுற்று இருந்தா உனக்கு உரியவளாக அவளை நீ ஏத்துக்குவியா?"

பணிப்பெண் அங்கு வந்து அவர்களை அமைதியாக இருக்கச் சொன்னாள். தலைமைக் காவல் அதிகாரியான அந்த ஷியாங்கின் தந்தை பணிப்பெண்ணிடம் "என் மவன் இவன்; நான் இங்குச் சேர்ந்துள்ள என் மருமகளைப் பார்க்கணும்" என்றான் மீசையை முறுக்கியவாறே. தாளும் பென்சிலும் கொண்டுவந்த அவள், காயம்பட்ட பெண்ணின் விவரங்களைக் குறிக்கச் சொன்னாள்.

அவருக்கு அந்தப் பெண்ணின் பெயர் தெரியவில்லை. இருபத்துநான்கு மணி நேரமும் காவல் நிலைய அலுவலகத்தில் சுழல்பவராயிற்றே. தன் மகனுக்குக் காதலி இருப்பதை அவன் தந்தை இன்று காலையில்தான் தெரிந்துகொண்டார். ஷியாங் 'பெய்ஜிங்' கெசட்டிலிருந்துதான் காயமடைந்தோர் பட்டியலில் குயிங் பெயர் இடம்பெற்றிருப்பதைத் தெரிந்துகொண்டான். 'ஐயோ, காயம்பட்ட இடம் கண்ணாக இருக்குமோ, அல்லது மென்மையான கைகளாக இருக்குமோ. என்ன செய்வேன்?' இவ்வாறு எண்ணியபோது அவனால் துக்கம் தாங்கமுடியவில்லை. 'நியூ போர்டு' மருத்துவமனைக்கு அவன்

தந்தை, அவனை அழைத்துச்செல்லும் வரை அவரிடம் மன்றாடியும் கெஞ்சியும் அழுது தீர்த்தான் அவன்.

பணிப்பெண்ணிடம் ஷியாங் அவளது பெயர் 'யூ ரு குயிங்' என்று தெரிவித்தான், கண்களைத் துடைத்துக்கொண்டே.

குயிங் சேர்க்கப்பட்டிருந்த அறையைப் பணிப்பெண் அவர்களுக்குக் காட்டினாள். உடலெங்கும் வெள்ளைத் துணியால் கட்டுப்போட்டிருந்த குயிங்கைப் பார்த்தனர். அவளும் அவர்கள் வந்த ஓசையைக் கேட்டுக் கண்விழித்தாள். முகம் மட்டுமே ஓரளவு திறந்திருந்தது. தலையைத் தூக்கிப் பார்க்க அவளுக்குச் சற்றே சிரமமாக இருந்தது. ஷியாகி, தன் கண்களில் வழிந்தோடிய கண்ணீரைத் தொப்பியின் விளிம்பால் துடைத்தவண்ணம், படுக்கை அருகே நெருங்கி அவளைத் தொட்டுப் பார்க்க முயன்றான். அவளோ, அதனை உணர்ந்தவள்போல கையைப் பின்னுக்கு இழுத்துக்கொண்டாள். இரக்கமும் அவமானமும் ஒருசேரத் தன்னைச் சமாளித்துக்கொண்ட ஷியாங், அவளிடம், "குயிங், என் அப்பா இதோ வந்திருக்கிறார் பாரேன்..." என்றான்.

அமைதியுடன் இருந்தவள், திறக்கமுடியாத ஒரு கண்ணால் அவனைப் பார்த்த அந்த ஒரு கணத்தில் மறுபடியும் மூடிக்கொண்டாள். "கோபமா? வலியா? களைப்பா? இமைகள் சுருக்கென்று வெட்டி இழுத்ததா?" என்று அவளைக் கேள்விமேல் கேள்வி கேட்டவண்ணம் இருந்தான். ஆனால் குயிங், அவனை மறுபடியும் பார்க்க விரும்பாமல், சுவர்ப் பக்கமாகத் திரும்பிப் படுத்துக்கொண்டாள். தலைமைக் காவல் அதிகாரி, தன் மகன் ஷியாங்கை நோக்கினார். என்ன செய்வது என்று அவருக்குத் தெரியவில்லை.

"நான்தான் ஷியாங் வந்திருக்கேன். என்னோடு பேசமாட்டாயா? குயிங். பொறுக்கமுடியாத வலியா? ஆழமான காயமா? பலமாக அடி பட்டுடுச்சா?"

அறையில் அமைதி சூழ்ந்தது. அவள் உடம்பிலிருந்து எந்தவித அசைவுமில்லை. அவனை நோக்கிச் சட்டென்று திரும்பிப் பார்த்தாள். மிகவும் சிரமப்பட்டுப் பேச முயன்றாள். குரல் மெல்லியதாக இருந்தாலும், அவர்களுக்குக் கேட்கும்படி இருந்தது.

"துரோகிகளே! இந்த இடத்தைவிட்டு இப்போதே வெளியேறுங்க. உங்களால்தான் எனக்கு இந்த நிலை. தொல்லை தராதீங்க. ஆனா மிக சீக்கிரமா உங்களை நீங்களே காத்துக்கொள்ளவேண்டிய கட்டாயம் வந்தே தீரும். அதுலே எந்தவித மாற்றமும் இல்லே. இது உறுதி. தொல்லை தராதீங்க. இந்த இடத்தைவிட்டு வெளியே போங்க..."

■ ■ ■

இராம.குருநாதன்

சாவிக்கொத்து

யீ வெயிலீன்

“மெய்லீ! இனிமேல் நீதான் வீட்டு வேலைகளைக் கவனிக்க வேண்டும்” என்று கூறிவிட்டுச் சாவிக்கொத்தை என் தந்தை என்னிடம் கொடுத்தார். அது கனமாக இருந்தது.

அந்தச் சாவிக்கொத்து ஒரு வருட காலமாக அம்மாவின் இடுப்பில் தொங்கிக்கொண்டு இருந்தது. இப்போதுதான் என் கைக்கு மாறியது. என் கைக்கு வந்தது முதல் அது கனமாக இருப்பதைத்தான் உணர்ந்தேன் இருந்தாலும் அம்மா இருந்ததுவரை அந்தச் சாவிக்கொத்து எனக்குப் பரிச்சயமானதுதான்.

‘அம்மா’ என் கண்முன் சுடரொளியாகக் காட்சி தந்தாள். குட்டையான உருவம். எப்போதும் கருப்பு நிற அங்கிதான் அணிந்திருப்பாள். அறையைத் திறக்கும்போதெல்லாம் எட்டிப் பார்ப்பேன். அப்போது எனக்கு மிகவும் சிறுவயது. எனக்குக் கொறிப்பதற்கு வறுத்த கடலை. சர்க்கரை தூவிய உருளைக்கிழங்கு வறுவல் மற்றும் சில இனிப்புப் பண்டங்கள் தருவாள். அப்போதெல்லாம் மகிழ்ச்சியுள்ளவளாகவும் தோன்றுவாள். அவள் வீட்டில் உள்ள எல்லா அறைகளையும் திறந்து பார்ப்பாள். வீட்டின் உள்ளறை, வார்ட் ரோப் இவற்றிலெல்லாம் அள்ள அள்ளக் குறையாத பொருட்களைச் சேமிப்பது அவளது வழக்கம். அதாவது சிறுவர் கதைகளில், மாயமான புதையல் குவியல் வருமே திறந்து பார்ப்பதும் மூடிவைப்பதுமான மாயம் அதுபோல அம்மாவின் அந்தச் செயலும் நினைவுக்கு வரும். இன்னும்கூட அம்மாவின் அச்செயல் புரிந்தபாடில்லை. ஆனால் சாவிக்கொத்தை இடுப்பிலிருந்து எடுக்கும் அம்மாவின் பாணியே அலாதியாக இருக்கும். அப்போது நான் சிறுமி.

அதிக அக்கறையோடு ஒரு நாள் ஒவ்வொரு அறையாகத் திறந்து பார்க்கத் தொடங்கினேன். எனக்குப் பெருத்த ஏமாற்றம் காத்திருந்தது. காரணம், முன்பு திண்பண்டங்கள் இருந்த இடங்களிலெல்லாம் தேவையற்ற பொருள்கள் இருந்தன. எலிப்பொறி, கரப்பான் பூச்சிகளின் பொந்துகள். எனக்கு ஒரே ஆச்சரியம்.

பொருள்கள் எங்கிருந்து வந்தனவோ அங்கேயே மீண்டும் சென்றுவிட்டதாகவே தோன்றியது, அம்மா சென்றுவிட்டதைப் போல! ஆம். அம்மா உடல்நிலை சரியில்லாமல் போனதும், அந்தச் சாவிக்கொத்து என் அக்காவின் கைக்கு மாறியது. அம்மாவைப்போல், அவள் அதனை இடுப்பில் செருகி வைக்கமாட்டாள். மேசை இழுவையில் அதனை விட்டெறிவாள். அக்காவிற்குத் திருமணமாகி கணவன் வீட்டுக்குச் சென்றதும், இரண்டு வருடங்களாகத்தான் அந்தச் சாவிக்கொத்து என் அப்பாவின் கைக்கு வந்தது. என்னிடம் அப்பா அதனை ஒப்படைத்த பின்தான் அந்தச் சாவிக்கொத்தை நான் பார்த்தேன்.

இறந்துபோன அம்மாவின் நினைவும், திருமணமாகித் தொலைவில் வசிக்கும் அக்காவின் நினைவும் கண்ணில் காட்சியளித்தன. என் கண்களிலோ தனிமையின் துயரம் வழியத் தொடங்கியது.

இப்போது அந்தச் சாவிக்கொத்து என் கையில் தஞ்சம் புகுந்தது. வீட்டின் அத்தனை பொறுப்புகளும் என்னிடமே. நானே எதிலும் முடிவெடுக்க வேண்டியதாயிற்று. பூட்டியிருந்த எல்லாக் கதவுகளையும், அறைகளையும் திறந்துவிட்டேன். எல்லாப் பொருள்களும் இருப்பதுபோன்ற உணர்வு. எங்கிருந்து அவை மறுபடியும் வந்தன என்பது போன்ற ஆச்சரியம்.

வீட்டைச் சுத்தம் செய்யத் தொடங்கினேன். ஆடை அழுக்காகிவிடக் கூடாதே என்பதற்காக மேலங்கியும் அணிந்துகொண்டேன். தூசியும் தும்புமாக இருந்த இடங்களைத் துடைத்தேன். சோடா கலந்த நீரில் அழுக்கேறியிருந்த மேசைகளைப் பளிச்சென்று ஆக்கினேன்.

எனது வேலைகளை கவனமாகச் செய்தேன். வேலை செய்யும்போது மெல்லிய குரலில் எனக்குள் பாடல் அரும்பும். எனது மெல்லிய தோற்றத்தையும் ஓடி ஆடி வேலைசெய்யும் இயல்பையும் எண்ணி மகிழ்வேன். கண்ணாடி முன் நின்றுகொண்டு ஒரு கணம் என்னையே பார்த்துக்கொள்வேன். எனது கிராமத்திலேயே நான்தான் அழகுடையவள் என்ற நினைப்புவரும்.

அந்தி நேரத்திற்குச் சற்றுமுன்பு இருண்ட மழை மேகங்கள் நதிக்கு அப்பால் நகர்ந்து வரத் தொடங்கின. சிறிது நேரத்திற்குள் மழை பெய்யத் தொடங்கியது. மறுநாள் காலை மலையின் விளிம்பில்

சூரியன் உதித்தது. கிராமம் முழுவதையும் கழுவிவிட்டிருந்தது மழை. சூரிய ஒளியில் மின்னியது கிராமம்.

மீன் பிடிக்கக் காலையில் சென்ற அப்பா இன்னும் வீடு திரும்பவில்லை. வழக்கமாக ஊரெல்லையிலுள்ள தேநீர் விடுதியில் தேநீர் அருந்திவிட்டுத் திரும்புவார். 'ஒருவேளை நொண்டிப்பயல் ஜின்னிடம் பேசிவிட்டு வருகிறாரோ என்னவோ!'

இரவு உணவு தயாரித்து முடிந்ததும், பொழுது நன்றாக இருட்டிவிட்டிருந்தது. வெள்ளைப் பறவை வீட்டின் பின்புறமிருந்த பியர் மரத்திலிருந்து பாடியது. அநேகமாக ஒவ்வொரு நாளும் இரவில் பாடும். இந்நேரத்தில், அது பாடியது காதுகளில் ஒலித்தது.

அப்பாவிற்குக் கொஞ்சம் மது வாங்கி வருவதற்காகச் சென்றேன். வழியில் சாலையோரத்து மூங்கில்கள் அசைந்தன. தலைமீது இலேசான மழைத்துளி பட்டது. வயல் வெளியிலிருந்து மணம் பரப்பிய புல்லின் நறுமணம்.

மதுக் கடையின் முந்நூறு 'வால்ட் பல்பு' வெளிச்சத்தில் பள்ளி ஆசிரியர் லீ ஒரு கவிதையைச் சிலரோடு விவாதித்துக்கொண்டிருந்தார். நொண்டிப் பயல் ஜின்னும் அங்கிருந்தான்.

"என் அப்பாவைப் பார்த்தியா?"

"இங்குதான் இருந்தார். மழை விட்டதுமே புறப்பட்டுப் போய்விட்டாரே"

"எங்கேன்னு தெரியுமா?"

"வில்லோ பாலத்தை நோக்கி"

"படகில் சென்றாரா? நடந்து சென்றாரா?"

"படகில்தான். அதுவும் ஒரு கல்லூரி மாணவனுடன்"

"அவன் யார்? உனக்குத் தெரியுமா?"

"உனக்கே தெரியாதா? அவன்தான் சான் மிங். அவனோடுதான் அவர் சென்றார்"

"அவன் இந்த இடத்துக்கா வந்தான்?"

"விடுமுறைக்கு வந்திருப்பான் போலிருக்கு..."

சான் மிங் பெயரைக் கேட்டதுமே மெய் லீ மனம் நெகிழ்ந்துபோனாள்.

வில்லோ பாலத்தைச் சேர்ந்தவன்தான் சான் மிங். அவன் தாய் ஒரு விதவை. சான் மிங் என் சகோதரியின் வகுப்புத் தோழன். என் சகோதரியும், அவனும் மிகவும் ஒருவரை ஒருவர் நேசித்தவர்கள். அவர்கள்

கைபோட்டு கழுத்தைப் பின்னிய காட்சி எனக்கு நினைவிற்கு வந்தது. அவர்கள் பேசிய பேச்சுத்தான் எனக்குப் புரியவில்லை. அப்போது நான் சிறுமியாக இருந்தபடியால், அவர்கள் இருவரும் பேசிய பேச்சின் பொருள் அப்போதைக்குப் புரியாதிருந்தது. அவர்கள் ஒருவரை ஒருவர் விரும்பியிருந்தார்கள். இருவரும் எத்துணைப் பொருத்தமான இணைகள். என் வீட்டாருக்கு சான்மிங்கைப் பிடித்துப் போயிற்று. அவனும் திருமணம் செய்து கொண்டு எங்களோடு இருப்பதற்குச் சம்மதித்தான்.

ஆனால், என் அப்பா கொஞ்சநாள்களுக்குள்ளாக மனம் மாறி விட்டார். வேறொருவனிடம் பணம் வாங்கிக்கொண்டு, அப்பா, அக்காவை மணம் முடித்தார். இதற்காக அவர் வாங்கிய பணம் முந்நூறு யுவான். முந்நூறு யுவான் பணத்திற்கு விலைபோன அக்காவும் தன் கணவனோடு ஒரு கிராமத்திற்குக் குடிபெயர்ந்துபோனாள்.

அப்பா வாங்கிய முந்நூறு யுவான் பணமும் அம்மாவின் நோய்க்குச் செலவானதுதான் மிச்சம். சான் மிங் திருமணம் நிறைவேறாத சோகத்தில், ஆற்றங்கரையில் அருகே உள்ள குடிசையில் முடங்கிக் கிடந்தான். கண்ணீர் வடித்தான். அவனது வருத்தத்தில் பங்குகொள்ள விரும்பினேன். அவனைப் பற்றிய உணர்வு மெல்ல என்னிடத்தில் அரும்பியது. சகோதரி விட்டுச்சென்ற அந்த இடத்தை நிரப்ப எண்ணி காதலை அவனிடத்தில் வளர்க்க ஆசைப்பட்டேன்.

ஒருசமயம் அவன் வீட்டிற்கு வந்தபோது, 'காலருடன்'கூடிய சாம்பல் நிறச்சட்டை அணிந்திருந்தான். அவனைப் பார்த்ததும் எனக்குள் ஒரு பரவசம். அதிர்ச்சி. கண நேரத்தில் மனம் அலைந்தது. தான் அவனுக்கு மனைவியாக இருக்கமுடியாதா? எனக்குள் ஒரு தவிப்பு! உணர்வு மின்னியது. விதி செய்யும் விளையாட்டாகவே அது தோன்றியது.

இப்போதுதான் சான் மிங் விடுமுறைக்கு வில்லோ பாலத்தருகில் உள்ள தன் கிராமத்திற்கு வந்திருக்கிறான். எனக்காகவே வந்திருக்கிறான் என்பது போன்ற உணர்வு எனக்குள் ஏற்பட்டது. என்னை ஒருவித அச்சமும் சூழ்ந்துகொண்டது.

என் வீட்டிற்குள் சென்றேன். அப்பா முன்னமே வீட்டில் இருந்தார். வீடு இருட்டாகியிருந்தது. சன்னலருகே தனியாக நின்று கொண்டிருந்தார் அப்பா.

"அப்பா, உங்களுக்காகக் காத்திருந்தேன். சாப்பாடு பண்ணியாச்சு"

"நான் சாப்பிட்டாச்சு. நீ சாப்பிடு"

"எங்கே சாப்பிட்டீங்க"

"சான் மிங் வீட்டில்"

"சான் மிங் வீட்டிலா? ஓ..." என்று தலையை அசைத்தவாறு அவனைப் பற்றிக் கேட்க ஆவலாக இருந்தேன்.

ஆனால், அப்பாவோ அவனைப் பற்றி வேறு எதுவும் என்னிடத்தில் கூறவில்லை. மீன் விற்றுவந்த பணத்தை என்னிடம் தந்துவிட்டுச் செலவுக்கு வைத்துக்கொள்ளச் சொன்னார். வீட்டுப் பொறுப்பு முழுவதையும் என்னைக் கவனித்துக்கொள்ளச் சொல்லிவிட்டு உறங்குவதற்குச் சென்றுவிட்டார். உறங்கப் போகும் முன்பு ஒரு செய்தியைச் சொல்லிவிட்டுச் சென்றார். 'நாளை சான் மிங் நம் வீட்டுக்கு வருவதாகச் சொல்லியிருக்கிறார். அவரை உபசரிக்க வேண்டும்'

"எதற்காக வருகிறார்?"

"எனக்குத் தெரியாது. அவரை நன்றாக உபசரிக்க வேண்டும்."

"எப்படி?"

"அதை உன்னிடமே விட்டுவிடுகிறேன். நீ எப்படி விரும்புவாயோ அப்படி!"

"அப்படிப் பேசாதீங்க அப்பா. நான் உங்க மகள். நினைவிருக்கட்டும்." எனக்கே தெரியாமல் வார்த்தைகள் இவ்வாறு வந்துவிழுந்தன. கண்ணீரும் பனித்தது. 'உன் அக்காவும் இப்படித்தான் சொன்னாள்' என்று சொல்லிவிட்டு, எனது தலையை அன்போடு தடவிக் கொடுத்தார். பின் உறங்கச் சென்றுவிட்டார்.

என் பசி எங்கோ ஒளிந்துகொண்டது. அதிக இனிப்புத் தின்று நோயுடன் கிடக்கும் மனநிலையில் இருந்தேன். கன்னத்தில் கை வைத்துக்கொண்டு வெறித்து நோக்கியவாறே அமர்ந்திருந்தேன். வெள்ளைப் பறவை மெல்லிய குரலில் பாடியது. திறந்திருந்த சன்னலை ஊடுருவியவாறே பார்த்தது. மலையின் விளிம்பில் அரை வட்டமாக நிலவு கிளம்பியிருந்தது. அடர்ந்த நீல வானில் மேகங்கள் உறங்கியவாறு கிடந்தன. இருட்டை நோக்கி மெல்ல அடியெடுத்து வைத்த நிலா, ஒரு கோழைப் பெண்ணைப்போலத் தோன்றியது. இரவு உருகி வழிய, பால்நிலா வானம் ஒளி வீசியது. அந்த நிலவொளி அருகில், தூரத்தில், உயரத்தில், பள்ளத்தில் உள்ள பொருள்களை எல்லாம் பனிப்படலமாகக் காட்டியது.

சுவரில் இருந்த கடிகாரம் பத்து அடித்து ஓய்ந்தது.

சான் மிங் நாளை உண்மையிலேயே இங்கே வரப்போகிறானா? அவனை எவ்வாறு உபசரிப்பது? இதுபற்றிய சிந்தனையில் மூழ்கிக்கிடந்தேன். இரவு உணவை முடித்துவிட்டு 'ஸ்டவ்'வைத்

துடைத்து வைத்தேன். நாளைய தினம் அறுவடைக்குச் செல்லவேண்டும். அரிவாளைக் கொஞ்சம் தீட்டிக்கொள்ள வேண்டும். இப்போது மணி பதினொன்று. அறைக்குச் சென்றேன். அப்பா குறட்டை விட்டபடியே தூங்கிக்கொண்டிருந்தார். வெள்ளைப்பறவையின் குரல் இன்னும் ஓய்ந்தபாடில்லை. நிலவின் ஒளி, பியர் மரத்தின் இலைகளில் பட்டு மின்னியது. தலையை அழுத்தியிருந்த கொண்டை ஊசியை எடுத்தேன். பின்னல்முடி தலையில் வந்து விழுந்தது. மேலாடைப் பொத்தான்களைக் கழற்றிவிட்டுப் படுக்கையின்மீது நீண்ட நேரம் அமர்ந்திருந்தபோது சாவிக்கொத்து நழுவித் தரையில் விழுந்தது. குனிந்து அதனை எடுக்கும்போது உணர்ந்தேன் அது கனமாக இருக்கிறதென்று.

“நீ எப்படி விரும்புவாயோ அப்படியே உபசரி' நேற்று அப்பா சொன்ன வார்த்தைகள் நினைவுக்கு வந்தன. இப்போது அதன் பொருளை உணர்ந்துகொண்டேன். வரவிருக்கும் மகிழ்ச்சியை என்னால் சீரணிக்க முடியாமல் தவித்தேன்.

கடந்த இரண்டு ஆண்டுகளாக, சான் மிங்கைக் காண இயலவில்லை. எனது காதலை எடுத்துச்சொல்லி அவனுடைய மனைவியாகிவிடவேண்டும். அக்காவின் இடத்தை நிரப்ப நான் அவன் மனத்தில் இடம் பிடிக்கவேண்டும் என்றெல்லாம் கற்பனை செய்தேன். என் அக்காவிற்கு நேர்ந்ததுபோல என்னையும் விதி பற்றிக்கொள்ளுமோ என்று கவலைப்பட்டேன். கனவில் கண்டது நடப்பதாக உணர்ந்தேன். இப்போது அந்தக் கவலை என்னிடம் இல்லை. விதியும் காதலும் என் சம்பந்தப்பட்டவை; எனது வசப்பட்டவை. முடிவெடுப்பதில் நான் இனி ஏன் தயங்கவேண்டும்?

முன்பு ஒருசமயம் புடவைக்கடையில் நிகழ்ந்த சம்பவம் நினைவுக்கு வந்தது. அங்கே எனக்குப் பிடித்திருந்த புடவையை வாங்க எண்ணியிருந்தேன். விலையோ மிக அதிகம். கையிலோ போதுமான பணம் இல்லை. பிறகு எப்போதாவது வாங்கிக்கொள்ளலாம் என எண்ணிக்கொண்டு வீடு திரும்பிவிட்டேன். அதன் பின்னரும் கொஞ்சம் சபலம்! போதிய பணம் கிடைத்ததும், வாங்கத்தான் நினைத்திருந்தேன். ஆனால் வாங்குவதற்கு இப்போது அதில் மனம் ஈடுபடவில்லை. முதலில் வாங்கத்துடித்த ஆசை, பிற்பாடு ஏற்படவில்லை. சிறுமியாய் இருந்த நாள்களை இப்போது எண்ணிப் பார்க்கிறேன்.

மனிதர்கள் எவ்வளவு விசித்திரமானவர்கள். அவர்கள் இஷ்டப்படாதவரை எந்த ஒன்றும் ஆசையைத் தூண்டும்போல! சான்மிங்கை எனக்கு அவ்வளவாகப் பழக்கமில்லை. அதே போல, அவனுக்கும் என்னைப் பற்றி அவ்வளவாகத் தெரியவும் வாய்ப்பில்லை. இந்தத் தருணத்தில் அவனை மணக்க என் மனம் இஷ்டப்படுவதென்றால் அது சற்றுக் கடினம்தான். நான் அவ்வாறு நினைப்பதுகூட எத்தனை முட்டாள்தனமானது!

படுக்கையில் இப்படியும் அப்படியும் படுத்தபடி சிந்தக்கத் தொடங்கினேன். உறக்கம் வர மறுத்தது. என் சிந்தனை முன்னைவிடத் தெளிவாகவும் விளக்கமாகவும் இருப்பதாக உணர்ந்தேன். எனக்குத் திருமணம் ஆனதுபோலவும், என்னைப்போலவே எனக்கொரு மகள் இருப்பதுபோலவும் கற்பனை செய்து பார்த்தேன். 'மேலங்கியை நீக்கிச் சாவிக்கொத்தை எடுத்தவுடன், என் மகள் பூனைபோல என் பக்கமாய் வந்து நின்றாள். தின்பதற்கு ஏதேனும் தரமாட்டேனா என்று என்னைப் பார்த்துக் கேட்பதுபோல் இருந்தது. அறையிலோ தின்பண்டங்கள், வால்நட், வேபர்ஸ், ஆப்பிள் இப்படிப் பல... நகரில் பணியாற்றும் என்னுடைய கணவர் வார இறுதியில் வீட்டிற்கு வருகிறார். நிலா ஒளி வீசும் கோடைக்காலம் அது. எங்கும் நிசப்தம். என் கிராமத்தில் அவருக்காகக் காத்திருக்கிறேன், படுக்கையில்!'

அவரது சைக்கிள் மணி ஓசை. வாசற்கதவைத் திறப்பது கேட்கிறது. அவரது காலடிகள் வீட்டினுள், சேறு படிந்த பாதங்கள். அதோடு படுக்கை அறைக்குள் நுழைகிறார். படுக்கையைத் தேடுகிறார். சீ... சீ... இப்படிப்பட்ட கற்பனையா. எனக்குள் வெட்கம் தலைதூக்கியது.

கற்பனையாகக் கண்ணில் உலவிய கணவனைக் கண்களிலிருந்து வெளியே கொண்டுவந்தேன். அவன் வெறும் சான்மிங்காகத்தான் என் கண்களுக்குத் தெரிந்தான். அவனாகத்தான் இருக்கவேண்டுமா? வேறு யாராகவேனும் இருக்கலாம் அல்லவா? எனக்குள் இப்படியொரு கேள்வியை எழுப்பிக்கொண்டேன். ஏனென்று எனக்குப் புலப்படவில்லை.

ஒரு கணத்தில் சான் மிங் பற்றிய வெறும் நினைப்புத்தான். வேறொன்றுமில்லை. இப்போது அவன் இங்கிருந்தால் அவனிடம் விஷயங்களை எடுத்துச் சொல்லவேண்டும். ஒருவேளை, என் கைகளைப் பற்றுவானா? அல்லது அவனைப் புகழ்வதாக எண்ணி மறுப்பானா? இந்த நிலா வெளிச்சத்தில் ஆற்றங்கரைக் குடிசைவரை சிறுவயதில் நான் தனியே நடந்ததுபோல், இப்போது நடக்கவேண்டும்.

அது மட்டும் என்னைத் திருப்தி அடையச் செய்துவிடாது. ஆற்றங்கரையில் கிடக்கும் பொடி மணல்போல் இந்த உலகில் மனிதர்கள் இருக்கிறார்கள். அவர்களில் சான் மிங்கைவிட நல்லவராயும், அழகுடையவராயும் இருக்கலாம். இதுபோன்ற தேடலும், ஒப்பிடுவதும் தேவையா? அது தவறாகவும் போய்விட வாய்ப்புண்டல்லவா? அப்படி ஒருவேளை நிகழுமானால், அதற்கு வருத்தம் தெரிவிக்கவோ, மறுத்துச் சொல்லவோ நாம் யார்? ஒருவேளை அதுவேகூடச் சரியாக அமைந்துவிடலாம் அல்லவா!

டிக்... டிக்... கடிகார ஒலி ஒலித்துக்கொண்டிருந்தது. பியர் மரத்தின் இலைகளில் காற்றின் அசைவு. வெள்ளைப் பறவை களைப்பு மேலிடத் தன் பாடலை முடித்துக்கொண்டது. நான் படுக்கைக்குச் சீக்கிரமே

போய்விடுவது வழக்கம். இரவின் மர்மச் சூழ்நிலையை எப்போதும் அறியும் வாய்ப்புக் கிடைத்ததில்லை. ஆனால் இப்போது! இன்பமும் இறுக்கமும் கலந்த நிலையை அனுபவிக்கிறேன். கண்ணாமூச்சி விளையாட்டில் மறைவான இடம் பார்த்து ஒளிந்துகொள்ளும் அந்த இளமைக்காலம் நினைவு வந்தது. என் கண்களை அந்தக் காலங்களில் நான் பொத்திக்கொண்டதை எண்ணிப் பார்க்கிறேன். எனக்குச் சிரிப்புத்தான் வந்தது. வண்ணப் புள்ளிகள். அவற்றில் மனித முகங்கள் பதிந்திருப்பதாய்த் தோன்றின.

உறக்கம் வரவில்லை. எழுந்து ஆடையைச் சரிசெய்துகொண்டு வெளியே வந்தேன். வெளிக்காற்று இதம் தருவதாய் இருந்தது. புழுக்கம் போயிற்று. தூய்மை செய்யப்பட்ட வெள்ளை நிற 'போர்சிலின்' தட்டுப் போல நிலவு ஒளி வீசியது. மரத்தின் நிழல்கள் ஒழுங்கற்றுத் தோன்றின. மென்மையான சிறகு பறப்பதுபோல உணர்ந்தேன். கற்பனை மீண்டும் வந்தது.

ஆற்றங்கரையை நோக்கி நடந்தேன். காலடி ஓசையும், மூங்கில் இலையில் நீர்த்துளி விழும் ஓசையும் தவிர, எங்கும் நிசப்தம். உண்மைக்கு மாறான ஒரு கனவுபோலவே அந்த அமைதி. இருள் மயமான தோப்புக்குள் நான் செல்லும்போது பச்சை நிறத்தில் ஓர் ஒளிப்புள்ளி மின்னியது. மரத்தின் பின்னாலிருந்து என்னை நோக்கி ஏளனமாய்ப் பார்ப்பது போன்ற தோற்றம். நாடி நரம்புகள் வெலவெலத்துப் போயின. அதனைப் பொருட்படுத்தாது நடந்தேன். என் காதலனைச் சந்திக்க, ஆற்றங்கரை நோக்கிச் சென்றேன். இப்போது எனக்கு நானே எஜமானி. விரும்பியபடியே இருக்க எனக்கு உரிமை உண்டு.

ஆற்றங்கரையைத் தாண்டி அந்தக் குடிசை நோக்கி ஏன் போனேன்? என்று எனக்கே தெரியாது. அந்தக் குடிசைமுன் நின்றிருந்தேன். அது சான்மிங்கின் குடிசை. பெருமூச்சு எனது முகத்தில் சூடாகப் பரவியது. சான் மிங் உள்ளேதான் இருக்கவேண்டும் என்று எண்ணிக்கொண்டேன். கண்களை மூடிக்கொண்டேன் மூச்சுவிட்டபடியே. அவன் தன் கைகளால் இறுக என்னைத் தழுவியவாறே கழுத்தை வளைப்பதாக ஒரு கணம் எண்ணத் தோன்றியது. அங்கு ஒருவரும் இல்லை. இதுவும் ஒரு கற்பனைதான். ஆனால் நான் ஏமாற்றப்படவில்லை. உண்மையைவிடச் சில சமயம், கற்பனை நம்பகமானதாக இருக்கும் அல்லவா! நான் அங்கே இருந்தவாறு என்னை, என் சகோதரியாக நினைத்துக்கொண்டு நின்றிருந்தேன். அவளது இன்பம் பறிபோனதுபோல இப்போது எனது நிலைமையும் ஆயிற்று.

ஆற்று நீர் கரையில் மோதியது. அசைந்துவரும் என் அப்பாவின் படகை அது தொட்டுக்கொண்டு சென்றது. நான் உணர்ச்சி வயப்பட்டு அழத் தொடங்கினேன்.

இராம.குருநாதன்

குடிசைக்கு வெளியே நீண்டநேரம் நின்றிருந்தேன். தலைமுடி பனித்துளியில் ஈரமானது. அதையும் பொருட்படுத்தாதவளாய் நின்றிருந்தேன். வானைப் பார்த்தேன். கிழக்குத் திசையில் விடியலுக்காக இருள் வழிவிடத் தொடங்கியிருந்தது. ஒரு சாம்பல் பூத்த வில் போன்ற ஒளிக்கோடு, மலை முகட்டின் விளிம்பில் மெல்லப் பரவி இருந்தது. விண்மீன்கள் ஒளிர்ந்தபடியே வெள்ளிப் பனித்துளிகளை நினைவூட்டின. புதிர்கள் நிறைந்த இரவை மக்கள் விரும்புகிறார்கள். அது நீடிக்கவேண்டும் என்று நினைக்கிறார்கள் என்பதை அறிந்துகொண்டதுபோல, நிலா காய்ந்துகொண்டிருந்தது. பகற்காலம் வலிமையுடையதாக இருந்தும்கூட, இரக்கம் கொண்டதாக இருந்ததில்லை. இரவை விரைவாக விரட்டியடித்து உலக நடப்பினைக் காட்டுவதற்காக வந்தது அந்தப் பகல் பொழுது. கிராமத்தை, மலையை, மரங்களை, வைக்கோல் குவியலை, கரையில் இருந்த அப்பாவின் பழைய படகினை வெறித்துப் பார்த்தவாறு நின்றிருந்தேன். காலை நேரம் இரவைக் காட்டிலும் அழகுள்ளதாகத் தோன்றியது. அந்த அழகு என்னை மிகவும் ஈர்த்தது. புல், மரம், நீர்த்துளி, சிறிய கற்பாறை இவையெல்லாம் என்னைச் சுற்றியுள்ளவை. அவற்றை ஒவ்வொன்றாகத் தனித்தனியே தொட்டு ரசிக்கவேண்டும் போலிருந்தது.

நான் கொண்ட காதல், கரை கடந்து சென்றது. சூரியனின் ஒளியைப் போலவும், காற்றைப் போலவும்!

தூரத்தே எங்கோ மாடு ஒன்று அசைபோட்டுக் கொண்டிருந்தது. மக்களின் வீண் பேச்சு ஆரவாரமாய்க் கேட்டது. கிணற்றில் இறங்கிய வாளியின் சத்தம் ஒருபுறம் கேட்டது. கிராமப்புற மக்கள் வேலைக்குச் செல்லத் தொடங்கினர். இரவு முழுவதும் பொழுதை வீணான கற்பனையில் கழித்துவிட்டோமே என்பதை நினைத்துப் பார்த்தேன். நாணம் தலைதூக்கியது. எங்கே நான் குடும்பத்தை நிர்வகிக்க இயலும்?

வீட்டுக்கு ஓடினேன். வழியில் ஒரு வரப்பில் நின்றுவிட்டேன். குத்தகைக்கு நான் வேலை செய்த வயல் காட்சியளித்தது. கதிர்கள் இலேசாக மடல் விரித்திருந்தன. கதிர் பிடிக்க எத்தனை நாளாகும்? இன்னும் கொஞ்சம் உரமிடவேண்டும். அதனை அக்கறையோடு கவனித்தால், நல்ல மகசூல் கிடைப்பதோடு, வருமானமும் கிடைக்கும். வாழ்க்கையில் உறுதியும், கடின உழைப்பும் கொண்டவள் என்பதை நான் நிருபிக்க வேண்டாமா? எனக்குரிய கணவனை நான் தேர்ந்தெடுத்துக்கொள்ள எனக்கு உரிமை உண்டல்லவா? அதேபோல, எனக்கு அமையும் கணவனுக்கு நான் நல்ல மனைவி என்றும் நிரூபிக்க வேண்டாமா? அவன் யாராக இருந்தால் நமக்கென்ன? பல்கலைக்கழக மாணவனாகவோ? வேறு யாராகவாவது இருந்துவிட்டுப் போகட்டுமே. நமக்கென்ன? அதைப் பற்றிய கவலை இப்போது இல்லை.

மறுநாள் காலை நேரம். சான் மிங் என் வீட்டிற்கு விருந்தாளியாக வந்தான். அவனது வருகை எனக்கு என்னவோ போலிருந்தது. "உள்ளே வா! சான்மிங், இங்கே பார்... யார் வந்திருக்கிறார் என்று!" உள்ளே இருந்த என்னை நோக்கிக் குரல் கொடுத்தார் அப்பா. அவனுக்கு அப்பா கடமைப்பட்டவராக இருக்கலாம். அதற்கு உணர்ச்சி வசப்பட்டு இப்படியா அப்பா கத்துவது? எனக்குள் ஒரு நிறைவு. தலையை வாரினேன். கண்ணாடியில் முகம் பார்த்துக்கொண்டேன். என் கன்னங்களில் செழுமை கூடியிருந்தது. எனக்குள் ஓர் உணர்வு மேலிட்டது. என்னை நான் உணர்ந்துகொண்டேன். இப்போது அவன் வந்தால் என்ன? அவனிடத்துச் சொல்வதற்கு ஒன்றுமில்லை என்பதை என் மனம் தெளிவுபடுத்திக் கொண்டது. வந்த விருந்தினரை உபசரிக்கவேண்டும் அது மட்டுமே. அப்பா சொல்லியது அவ்வளவுதான்.

மீன் வறுவல். உப்புக்கண்டம், அரிசி வடித்த கள், தேன் இவற்றை வீட்டுக்கு வந்த அந்த விருந்தாளிக்குப் பரிமாறினேன். விருந்தாளியை உபசரிக்கும் உணர்வில் கலந்த மெல்லிய என் புன்சிரிப்பு ஒரு விருந்தாளியை உபசரிப்பதில் இழையோடியது அன்பு. அவ்வளவே! அதற்குமேல் ஒன்றுமில்லை.

என் மனத்தில் வேறு எந்தச் சலனத்திற்கும் இடம் இல்லை. சாவிக்கொத்தை எடுத்துக்கொண்டேன். கதவைத் திறந்து வெளியே வந்தேன். இப்போது சாவிக்கொத்து எனக்குக் கனமாகத் தெரியவில்லை. அது மிகவும் இலேசாகவே இருந்தது.

▰▰▰

விநோதச் சந்திப்பு

மோ யான்

பாவோடிங் பிரிபெரிக்சரிலிருந்து வடக்கிழக்கின் நகரப்பகுதியான காசமிக்கு என் குடும்பத்தைக் காண்பதற்காக வந்தேன். தொடர்வண்டி வருவதற்குத் தாமதமானது. காவா ஓமி பேருந்து நிலையத்திற்கு வண்டி வருவதற்குமுன்பே இரவு மணி ஒன்பதைத் தாண்டிவிட்டது. நகர் வழியே எனது ஊருக்குச் செல்ல ஒரே ஒரு பேருந்துதான். இனிமேல் நாளை காலை ஆறுமணி வரை காத்திருக்க வேண்டும்.வானத்தில் நிலவு தெளிவாகவும், வெளிச்சமாகவும் தோன்றியிருந்தது. அந்த இரவில் நகரில் அறை எடுத்துத் தங்குவதைத் தவிர்த்து நிலவு வெளிச்சத்தில் நடந்தே ஊருக்குச் சென்றுவிடலாம் என்று முடிவெடுத்தேன். சீக்கிரமாய்ச் சென்று பெற்றோரைப் பார்த்ததுபோலவும் இருக்கும். திறந்தவெளியில் செல்வதால் தூய காற்றைச் சுவாசித்ததுபோலவும் இருக்கும் என்று நினைத்தேன்.

சிறிய கைப்பையை மட்டும் எடுத்துக்கொண்டு வந்ததால், வெகு சீக்கிரம் நடந்துவிட முடியும். கருங்கற்பாதை வழியே செல்வதென்றால் நேரமும் தூரமும் அதிகமாகிவிடும். முட்கள் நிறைந்த கரடுமுரடான பாதை ஒன்று உண்டு. பல ஆண்டுகள் புழக்கத்தில் இல்லாததால் அந்தப் பாதை கைவிடப்பட்டது. கவாஓமியின் வடகிழக்குப் பகுதி நகரைப் பிரிக்கும் சாலை அது. அந்தக் கரடுமுரடான சாலையின் சில இடங்கள் அண்மைக்காலமாகத் தோண்டப்பட்டிருந்தன. அந்த வழியில் யாரும் நடக்கமாட்டார்கள். மக்கள் புழக்கம் இல்லாத பகுதி அது. அந்தச் சாலையின் இருபுறமும் நடுவில் புதர்கள் மண்டிக்கிடக்கும். காலை பதம் பார்க்கும் என்று யாரும் அந்தப் பாதையில் செல்லமாட்டார்கள். அந்தச் சாலையின் ஓரத்தில்

இருபுறமும் சோளம், கார்ன், இனிப்பு உருளைக்கிழங்கு மற்றும் சில பயிர்கள் நன்றாகச் செழித்து வளர்ந்திருந்தன. பயிர்களின் இலைகள் நிலவொளி பட்டு மங்கலான நிறத்தை வெளிப்படுத்தின. சற்றும் காற்று வீசியபாடில்லை. அதனால் இலைகள் அசைவற்றுக் காட்சி அளித்தன. பயிர்களின் அடியிலிருந்து கூட்டமாகக் கிளம்பிய வெட்டுக்கிளிகள் ஒரேயடியாக ஓசை எழுப்பின. உடம்பில் ஊடுருவும் அவற்றின் ஓசை அந்த நிலவொளியைத் தனிமைப்படுத்தியது. நகரிலிருந்து கவா ஓமி பதிமூன்று மைல் தொலைவுதான்.

அந்தச் சாலையில் பறவைகளின் ஒலியும், சில சிறிய விலங்குகளின் ஓசையும் கேட்டன. திடீரென்று எனது பிடரி கடுங்குளிரால் தாக்கப்பட்டதை உணர்ந்தேன். எனது பாதச்சுவடுகளும் வேகமாக ஒலி எழுப்புவதைக் கேட்டேன். தனிமையில் அந்தப் பாதை வழியே இரவில் வந்ததற்கு வருந்தினேன். சாலையின் இருமருங்கும் உள்ள பயிர்களின் கீழ் எண்ணற்ற ரகசியங்கள் உறைந்துகிடப்பதை உணர்ந்தேன். ஆயிரமாயிரம் கண்கள் என்னை ஊடுருவிப் பார்ப்பதான ஓர் உணர்வு. என்னை ஏதோ ஒன்று பின் தொடர்வதை அறிந்துகொண்டேன்.

திடீரென்று நிலா வெளிச்சம் குன்றியது. தன்னிச்சையாக நான் நடக்கத் தொடங்கினேன். நான் வேக வேகமாக நடக்க நடக்க ஏதோ ஒரு ஆபத்து என்னைப் பின்தொடர்வதாக உணர்ந்தேன். என்ன செய்வது என்று தெரியாமல் நான் பின்னால் செல்வதற்காகத் திரும்பினேன்.

வீடு நோக்கி நடப்பதைத் தொடர்ந்தேன். நான் அந்தப் பாதையைத் தேர்ந்தெடுத்ததை எண்ணி, என்னை நானே நொந்துகொண்டேன். மக்கள் விடுதலை இயக்க இராணுவத்தில் நீ அதிகாரியா? கம்யூனிஸ்ட் கட்சியின் உறுப்பினனா? மார்க்ஸ் லெனினியம் கற்பிக்கும் ஆசிரியனா? நீ ஒரு பொருள்முதல்வாதி. உண்மையான பொருள்முதல்வாதி எதற்கும் அச்சப்படமாட்டான். கம்யூனிஸ்ட் சாவிற்கு அஞ்சமாட்டான். அச்சப்பட என்ன இருக்கிறது? பேய் பற்றிய அச்சமா? இல்லை இங்கே கொடிய விலங்குகள் இருக்கிறதா? இல்லை. இந்த உலகத்தில் அச்சப்படுவதற்கு என்ன இருக்கிறது. இந்தவிதமான சிந்தனைகள் என்னுள் ஓடின.

எனது பற்கள் என்னவோ அச்சத்தால் நறநறவென்று ஒலி எழுப்பின. பேய்கள் பற்றிய கதைகள், இந்தப் பகுதியில் பெரிதாக வழங்கப்பட்டுவருவதைக் கேள்விப்பட்டிருக்கிறேன். இதைப் போன்ற கதைகள் ஒட்டுமொத்தமாக என்னை நிலைகுலையச் செய்தன. சாலையில் சென்றுகொண்டிருக்கும்போது ஓர் உருவம் திடீரென்று கம்பால் ஒலி எழுப்பிக்கொண்டு முன்னே வந்தது. அதனைப் பார்த்தபோது இரண்டு கம்புகள் தெரிந்தன; இரண்டு கால்கள் நகர்ந்தன. உருவமில்லாமல் வந்தது. அந்த இரவில் அந்தப் பாதையில்

வருபவர்களைப் பார்த்துக் கொக்கரித்தது. உற்றுப் பார்க்கும்போது அது முகமற்ற பேயாகத் தோன்றியது. பெண்ணாக இருந்தால் இரத்த உதட்டோடு இருக்கும். இரவில் நடக்கும் மனிதனாக இருந்தால் வெள்ளைத் தாடி வைத்த கிழவன் புல்லைத் தின்பதுபோல இருக்கும்.

நேரமாக நேரமாக எனக்கு பயத்தால் வியர்க்கத் தொடங்கியது. ஆடையும் தொப்பலாக நனைந்துபோனது. எனக்குத் தெரிந்த பாடலை நான் உரக்கச் சப்தமிட்டுப் பாடினேன் "முன்னேறு. முன்னேறு. தாக்கு" என்று வாய் முணுமுணுக்கத் தொடங்கியது.

விபரீதம் எதுவும் நிகழாமல்போகவே நான் பாதி வழியைக் கடந்து சென்றுவிட்டேன். விடியற் காலை நெருங்கி வர இருக்கும் சமயத்தில், நான் கிராமத்தை அடைந்துவிடுவேன். கீழ்த்திசையில் வானம் செவ்வானமாக இருந்தாலும் தெளிவாகவும் கறுப்புநிறத்திலுமாகக் காட்சி அளித்தது.

கிராமத்தில் கோழிகள் கூவின. வந்த வழியைத் திரும்பிப் பார்த்தபோது, பயிர்கள் பயிர்களாகவே இருந்தன. சாலை சாலையாகவே இருந்தது. சாலை வழியைக் கடக்கையில் நான் எப்படி அச்சம் கொண்டிருந்தேன் என்று எண்ணிப் பார்த்தபோது நான் என்னை ஒரு முட்டாளாகவே உணர்ந்தேன்.

நான் கிராமத்தில் நுழைய இருக்கும் தருணத்தில் மரத்தினடியில் நிழல்போல வயதான ஒருவர் வந்துகொண்டிருப்பது தெரிந்தது. அவரை உற்றுநோக்கினேன். அவர் எனது வீட்டினருகில் வசிக்கும்வயது முதிர்ந்த ஷாவோ. தூய்மையான வெண்ணிற ஆடையில் இருந்தார். நான்கு அல்லது ஐந்து காலடிகள்தான் இருக்கும் எங்களின் இடைவெளி.

அவரைப் பார்த்துக் கேட்டேன். "மிஸ்டர் ஷாவோ! என்ன இன்னைக்குச் சீக்கிரமே கிளம்பி வந்துட்டீரா?"

"நகருக்கு முன்னதாகச் செல்லவேண்டுமே என்பதற்காக சீக்கிரமே எழுந்துவிட்டேன். நீ வீட்டிற்கு வரப்போவது எனக்குத் தெரியும். உன் பெற்றோர் உனக்காகக் காத்துக் கொண்டிருக்கிறார்கள்."

கொஞ்சநேரம் அவரோடு சிறிது உரையாடத் தொடங்கினேன். பில்டரும் சிகரெட்டும் கொடுத்தேன். சிகரெட்டைப் பற்றவைத்த பின் அவர் சொன்னார். "இளைஞனே! யுவான் கொடுத்ததற்காக உங்கள் அப்பாவிற்கு நான் மிகவும் கடமைப்பட்டிருக்கிறேன்.

என் பணத்தைப் பயன்படுத்தமுடியாத நிலையில், நான் கொடுக்கும் இந்தப் புகைக்கும் குழலை எடுத்துச் சென்று அப்பாவிடம் கொடுத்துவிடு. நான் உன் அப்பாவிடம் வாங்கிய கடனை ஈடு செய்ததற்குச் சமமாகிவிடும். இந்தப் புகைக்கும் குழல் சாதாரணமாது அல்ல, 'அகேட்'டால் ஆனது.

நான் கேட்டேன். "ஏன் அவ்வாறு செய்யச் சொல்கிறீர்கள்?"

"நீ இப்போது வீட்டுக்குப் போ. உன்னைப் பார்க்க அம்மாவும் அப்பாவும் காத்துக் கொண்டிருப்பார்கள். புறப்படு"

அவரிடமிருந்து புகைக்கும் குழலைப் பெற்றுக்கொண்டதும் என் கைக்கு அது குளிர்ச்சியாகத் தெரிந்தது. அவரிடம் விடை பெற்றுக்கொண்டு அவசர அவசரமாக வீட்டை நோக்கி விரைந்தேன்.

நான் வீட்டிற்குச் சென்றபோது அம்மாவும் அப்பாவும் என்னைப் பார்த்ததும் குழம்பிப்போய் இருந்தார்கள். கேள்விக்குமேல் கேள்வி கேட்டார்கள். நான் அந்தப் பாதை வழியே தனியே வந்திருக்கக்கூடாது என்று சொன்னார்கள். ஏதாவது ஒன்று நடந்திருந்தால், எங்களால் எதுவும் செய்திருக்க முடியாது என்றார்கள்.

"உண்மையில், நான் பேயைச் சந்திக்க எண்ணியிருந்தேன். என்னைப் பார்க்க அது பயந்ததுபோலும்" என்று அவர்களிடம் சிரித்துக் கொண்டே சொன்னேன். அம்மா சொன்னாள், "குழந்தைகள் அப்படிச் சொல்லாது."

தந்தை புகைக்க இருந்தபோது, வழியில் ஷாவோ கொடுத்த 'அகேட்'டால் ஆன புகைக்குழலை என் பையிலிருந்து எடுத்தேன். "அப்பா, நான் கிராமத்துக்கு வரும் வழியில் மிஸ்டர் ஷாவோவைச் சந்தித்தேன். அவர் சொன்னார், "ஐந்து யுவான் உங்களுக்குத் தரவேண்டுமாமே, அந்தக் கடனைச் சரிசெய்ய இந்தப் புகைக்குழலை உங்களிடம் கொடுக்கச் சொன்னார்.

"யார் சொன்னது?" தந்தை வியந்தபடி கேட்டார்.

"வயதான ஷாவோ" நான் சொன்னேன்.

"உனக்குக் கண் என்ன பழுதாகிவிட்டதா?"

"எனக்கு ஒன்றும் புரியவில்லை. இல்லவே இல்லை" என்று சொல்லிவிட்டுச் சிறிதுநேரம் அவரோடு பேசினேன். சிகரெட் கொடுத்தேன். அந்த முதியவர் கொடுத்த அகேட்டால் செய்யப்பட்ட புகைக்குழலையும் வாங்கிக் கொண்டேன். "அவர் கொடுத்த புகைக்குழல் இது என்றேன்." நான் அவரிடம் கொடுத்தபோது அப்பா அதை அவர் வாங்கிக்கொள்ளத் தயங்கினார்.

அம்மா சொன்னாள்: "நேற்று முன்தினம் காலைநேரத்திலேயே அவர் இறந்துவிட்டாரே!"

அம்மா சொன்னதைக் காதில் போட்டுக்கொள்ளவில்லை. நான் ஷாவைப் பார்த்தபோது பேய்கள் கதைகளில் அச்சம் ஊட்டுவதாக வரும். அவர் எனக்கு அப்படித் தோன்றவில்லையே. வழியில் ஒரு

நண்பரைப் போல அல்லவா என்னிடம் பேசினார். அவர் அப்பாவிடம் வாங்கிய கடன் சுமையோடு சாக விரும்பினாரில்லை போல.

'பேய்கள் மனிதருக்குத் தீங்கு இழைக்காது. மக்கள்தான் மக்களுக்குத் தீங்கு இழைக்கிறார்கள் என்பது மட்டும் உண்மை. பேய்களைக் காட்டிலும் மக்கள்தான் பெரிதும் அச்சம் ஊட்டுகிறார்கள்.'

▰▰▰

பகட்டு நகை

சாங் ஃபூ

பிரீஸ் சூ ஆறேழு ஆண்டுகளாய் முதியோரைக் கவனித்துக் கொள்ளும் பணியில் இருப்பவள். பெரும்பாலும் அவள் வயது முதிர்ந்த பெண்களைப் பராமரித்து வருபவள். நீண்ட நாள் நோய் வாய்ப்பட்டு இருக்கும் நோயாளிகளுக்குத் துணையாக இருக்கும் அவள், அவர்களை மருத்துவமனையைவிட்டு வெளியே அழைத்துச் செல்லும்போது, அவர்களது குடும்ப உறுப்பினர்களின் குணங்களையும், செயல்களையும் அறிந்துகொள்வதில் ஆர்வங் கொண்டிருப்பவள். சிலசமயம் அவர்கள் மகிழ்ச்சியாக இருப்பார்கள். சிலசமயம் அதற்கு மாறாக இருப்பார்கள். அவளது பணிக்குப் பணம் தரும்போது, சிலர் தாராளமாகத் தருவார்கள். சிலர் மிகவும் கஞ்சத்தனம் செய்வார்கள். அடிக்கடி அவளும் அவர்களிடம் பேரமும் பேசுவாள். அவர்கள் மிகுதியாகக் கொடுத்தாலும், குறைவாகக் கொடுத்தாலும் அதையெல்லாம் பொருட்படுத்தாமலும் இருந்ததுண்டு. அவள் இயல்பாக எல்லோரிடத்தும் எளிமையாகப் பழகிவிடுவாள். அவள் பிறரிடம் எப்படிப் பழகுவாள் என்பதை அவளோடு பணிபுரியும் பிற பணிப்பெண்களும் அறிந்துவைத்திருந்தார்கள். பிரீஸ், தன் பணியை ஒருவித அர்ப்பணிப்போடும் அக்கறையோடும் செய்துவந்ததால் பணிவிடை செய்வதில் முதல் தரமானவளாக இருந்தாள்.

ஒருமுறை வயது முதிர்ந்த லின் என்பவளுக்கு பணிவிடை செய்தாள் பிரீஸ். லின், அப்படி ஒன்றும் முழு நோயாளி என்று சொல்லிவிட முடியாது. முழுதுமான பணிவிடை அவளுக்குத் தேவை என்று சொல்லவும் முடியாது என்றாலும் பிரிஸை அவள் நல்லபடி வைத்திருந்தாள். (சூ என்பதற்கு சீனமொழியில் வாழ்த்துவதைக்

குறிக்கும்) அவளை அன்பாக 'லிட்டில் விஷ்' என்றே சூ வை அழைப்பது வழக்கம். பலபேர் வயது முதிர்ந்த லின்னைப் பார்க்க வருவார்கள். அவர்கள் கொண்டுவரும் பரிசுகளை பிரீஸூவுக்கு அளித்துவிடுவாள் லின்.

லின்னுக்கு ஒரே ஒரு மகள். நீண்டநாள் கழித்துத்தான் பிரீஸ் இதனைத் தெரிந்து கொண்டாள். லின்னின் மகள் ஒரு பிரபலமான பெரிய நிறுவனம் ஒன்றில் மூத்த அதிகாரியாக வேலை பார்ப்பவள். எல்லோரும் அவளை, 'மேனேஜர் லின்' என்றுதான் அழைப்பார்கள். லின், தன் அம்மாவிடம் மிகவும் பாசமிக்கவள். அவளுடைய அம்மாவும் அப்படியே.

மகள் தினந்தோறும் ஏதேனும் பொருள்களை அம்மாவிற்குக் கொண்டுவருவாள். பலவகையான மலர்கள் அல்லது பிரபலமான தின்பண்டங்கள். ஒரு நாள் இரு ஜோடிக் காலணிகளை அம்மாவிற்கு அனுப்பியிருந்தாள். அது சிவப்புப்பூ வரையப்பட்ட கருப்பு நிறக் காலணி மருத்துவமனைக்கு இத்தகைய காலணிகளை லின்னின் மகள் எதற்கு அனுப்பியிருக்கிறாள் என்பது பிரிஸூவுக்கு விளங்காதிருந்தது. ஆனாலும் அந்தக் காலணிமீது அவளுக்கு ஒரு நாட்டம் இருந்தது. பிரீஸ், லின்னைப் பார்த்து, "நீங்கள் கொடுத்துவைத்தவர்கள்" என்றாள். லின்னும் தலையை அசைத்தவாறே அவள் சொன்னதை ஆமோதித்தபடியே சிரித்துக் கொண்டாள்.

லின் இயல்பாகவே மென்மையும் அடக்கமும் கொண்டவள். மற்றவர்களைக் காட்டிலும் லின் சற்றே வித்தியாசமாக இருப்பதை பிரீஸ் உணர்ந்தாள். ஒரு முதியவளுக்கான குணாதிசயங்கள் அவளிடம் காணப்படவில்லை. அதற்குமாறாக, வயதிற்கு அப்பாற்பட்ட எண்ணங்களும், சில விளையாட்டுக் குறும்புகளும் அவளிடம் காணப்பட்டன. அவள் படுக்கையில் இருந்தது கொஞ்ச நாட்கள்தாம். ஒருநாள் தவளை பொம்மையை அவளுக்கு ஒருவர் கொடுத்துவிட்டுப் போனார். அது ஒரு அறைக்கும் மற்றொரு அறைக்குமாக ஓடும் பொம்மை. அது நிற்கும்போது மட்டும் குரல் எழுப்பும். அதனை விரும்பிப் பார்ப்பாள் லீன். இந்த வயதிலும் அப்படிப்பட்ட விருப்பம் இருப்பதை அறிந்த பிரீஸ் அது கடவுள் கொடுத்த வரம் என்று நினைத்தாள்.

லின் எவ்வளவு அதிர்ஷ்டம் மிக்கவள்! அவளுடைய மகளைப் பற்றி என்னமாய்ப் புகழ்கிறாள்! என்று யோசிப்பாள் பிரீஸ். லின் மகளுக்கும் பிரீஸுக்கும் ஏறக்குறைய ஒரே வயதுதான் இருக்கும். லின்னின் மகள் பணிபுரியும் நிறுவனத்தில் வேலைபார்க்கும் ஓட்டுநர், செயலாளர் மற்றும் பணிபுரிவோர் மருத்துவமனை வந்து அவளுடைய அம்மாவிற்குப் பொருள்களைப் பரிசாக அளித்தனர்.

அடிக்கடி அம்மாவைக் காணவரும் லின், ஒருநாளும் தன் அம்மாவிடம் அவளுக்கு என்ன நோய் என்பதை வெளிப்படுத்தியதில்லை. எந்தவிதமான மருத்துவ உதவி செய்யப்படுகிறது என்று சொன்னதும் கிடையாது. லின்னின் இதயம் பலவீனமானது என்பதை பிரீஸ் ஓரளவு அறிவாள். அது அவளுக்குத் தேவையுமில்லை. நோயாளிக்கு என்ன நோய் என்பதைக் காட்டிலும், அவளுக்குத் தெரிந்ததெல்லாம் நோயாளிகளை நன்றாகப் பராமரிப்பது மட்டுமே!

லின்னின் மகள் புதிய புதிய ஆடையில் வருவதை பிரீஸ் நோட்டம் விடுவாள். உடம்பினுள் காற்றுப்படுவதற்காக ஸ்வெட்டரில் திறப்புகள் இருக்கும்படியாக லின் அணிந்துகொள்வாள். அவளது காதணிகள் இரண்டும் உருண்டை வடிவமாக இருக்கும். அவள் நடக்கும்போது அவை இப்படியும் அப்படியும் அசையும். மருத்துவமனைக்கு வரும்போதெல்லாம், அவளது தோற்றத்தைப் பார்த்து விமர்ச்சிப்பார்கள்.

ஒருநாள், யுவான் பகுதியிலிருந்து கப்பலில் வந்த புத்தம்புதிய மலர்ச்செண்டை லின்னின் மகள் கொணர்ந்திருந்தாள். கறுப்பு நிற ஸ்வெட்டர் அணிந்திருந்தாள். அதில் திறப்புக்கள் இல்லை. அழகான சிவப்புநிற 'ஸ்கர்ட்' அவளுக்கு எடுப்பாக இருந்தது. அது தோலால் ஆனது. தேன் நிறத்தில் பளபளப்பான பதக்கம் அவள் கழுத்தை அழகுபடுத்தியிருந்தது. முன் கையில் அதே நிறத்தில் வளையல் அணிந்திருந்தாள். அந்த வளையல் நேர்த்தியாகவும் மிகவும் அழகாகவும் இருந்தது. எதைக்கொண்டு செய்யப்பட்டது என்பதை அறிந்திராத பிரீஸ் அதைப்பற்றிய சிந்தனையில் ஆழ்ந்தாள்.

"இன்று நீ அணிந்திருக்கும் ஆடை சாதாரணமாக இருக்கிறது. கறுப்பும் மஞ்சளுமாய் இருந்திருந்தால் இன்னும்கூட அழகாக இருந்திருக்குமே" என்று லின்னைப் பார்த்து அவளுடைய அம்மா சொன்னாள்.

லின், தான் அணிந்துவந்த கைச்செயினை அம்மாவின் கைகளில் பொருத்திவிட்டுக் கூறினாள், "அம்மா, இந்தக் கைச்செயினுக்கு 'பீ வாக்ஸ்' என்று பெயர். மிகவும் உயர்தரமான அம்பரில் நேர்த்தியாகச் செய்யப்பட்டது" என்றாள்.

"நகையை அணிவதைவிட எளிமையாக இருந்துவிடுவது நல்லது" என்று அம்மா சொன்னாள். "இதனை நீ விரும்பாது எனக்குக் கொடுத்திருப்பது ஒருவகையில் அதிர்ஷ்டமானது" என்றும் சொல்லிக்கொண்டாள். மேனேஜர் லின் அம்மாவிடம் கொஞ்சநேரம் இருந்து, அவசர அவசரமாகப் பேசிவிட்டு காற்றைப்போல் விரைந்து வெளியேறினாள்.

பிரீஸ் முதியவளான லின்னுக்கு இரவு நேர உணவு தருவதற்கு உதவினாள். மருத்துவர் பரிந்துரைத்த மீன் உணவு மேசைமீது

இருந்தது. மீன் எலும்புகளைக் கவனமாக விலக்கிவிட்டு, பிரீஸ் லின்னைப் பார்த்துக் கேட்டாள்:

"அம்பரால் செய்யப்பட்ட கைவளையல் ரொம்ப விலை உயர்ந்ததா?" லின் பதில் சொன்னாள். "அது தரத்தைப் பொறுத்தது" என்று சொல்லிவிட்டு இருமத் தொடங்கினாள். உடனே பிரீஸ் தண்ணீர் கொண்டுவந்தாள். முதுகைத் தட்டிக்கொடுத்தாள்; அதற்குப் பிறகு பிரீஸ் அவளை எதுவும் கேட்டுக்கொள்ளவில்லை.

சில நாட்களுக்குப் பிறகு பிரீஸைக் காண அவளுடைய கணவன் வந்தான். பிரீஸ் சம்பாதிக்கச் செல்வதால் அவன்தான் வீட்டுக்குக் காவல். குளிர்காலங்களில் பிரீஸ் சொந்த கிராமத்திற்கு வராவிட்டால் அவன் நகருக்கு வந்து மனைவிக்காகத் தான் செய்த உணவை எடுத்துவருவான். இந்தமுறை, உலர்ந்த சீனப் பேரீச்சையும், ராமி விதையும் கொணர்ந்திருந்தான். அவை அவளது சொந்த கிராமத்தில் விளைந்தவை.

மகனுக்கு ஆடை வாங்குவதற்காக வணிகக் கடைக்குச் சென்றனர். அதனை வாங்கிக்கொண்டு வணிக வளாகத்தைச் சுற்றிவந்தனர்.பல வண்ணச் சிறு அணிகலன்கள் விற்கப்படும் கடை ஒன்றைக் கண்டனர்.

பிரீஸ் சிறிதுநேரம் அங்கு நின்றிருந்தபோது அவள் கண்ணில் லின் அணிந்திருந்த அம்பர் கைச்செயின் போலவே அது இருந்தது. அதனை எடுத்துப் பார்த்தாள். இப்படியும் அப்படியுமாக நோட்டம்விட்டாள். மேனேஜர் லின், தன் அம்மாவிற்குத் தந்த அந்தக் கைச்செயினுக்கும், இதற்கும் வித்தியாசம் இருப்பதாகத் தெரியவில்லை. ஒன்றுபோலவே இருந்தது. அதனை எடுத்துப் பார்த்துவிட்டு வைத்துவிட்டாள். மீண்டும் அதனைக் கையில் எடுத்துப் பார்த்தாள். "அது உனக்கு வேண்டுமா?" அவள் கணவன் கேட்டான். அவள், அதனைக் கையில் வைத்துக்கொண்டே "இதுக்குப் போய் யார் செலவழிப்பார்கள்?" என்று விநயமாகப் பேசினாள். ஒரு புத்தகத்தைப் படிப்பதுபோலவே அவளது முகத்தை உற்று நோக்கினான். அவளது குறிப்பை உணர்ந்தவனாக, விற்பனையாளரிடம் பேரம் பேசி ஐந்து யுவானுக்கு அதனை வாங்கினான். பிரீஸ் சூ தன் உள்ளத்தில் மகிழ்ச்சி பொங்க வாங்கிய செயினை மடித்துவைத்துக்கொண்டாள்.

பின்னர் கணவனோடு நூடுல்ஸ் கடைக்குச் சென்று இருவரும் இரண்டு பெரிய கிண்ணத்தில் நூடுல்ஸ் வாங்கிச் சாப்பிட்டார்கள். கணவனிடம் தன் அறைக்கு அருகில் இருக்கும் நோயாளி உடல் நலம் தேறுவதற்காக ஹைனான் தீவுக்குச் செல்ல வேண்டுமாம். அங்கே அந்த நோயாளியைப் பராமரிக்க ஒரு பணிப்பெண் தேவை என்று கேள்விப்பட்டேன் என்று சொன்னாள். "அந்தத் தீவு ரொம்ப தூரமாக இருக்குமே; அங்கு செல்லும் நினைப்பை மறந்துவிடு" என்றான்.

பிரீஸ் அமைதியடைந்தவனாய்ப் பதில் ஒன்றும் சொல்லாமல் மருத்துவமனைக்குத் திரும்பினாள். சொந்த ஊரிலிருந்து கணவன் கொண்டுவந்த உலர்ந்த பேரீச்சையையும், ராமி விதையையும் முதியவளான லின்னுக்குக் கொடுத்தாள். பொய்ப் பல்லால் அவற்றை மாதிரிக்காகக் கொஞ்சம் சாப்பிட்டாள்.

பிரீஸ் தான், அணிந்துவந்த கைச் செயினை லின்னிடம் காட்டி, அது என்ன விலை இருக்கும் சொல்லுங்கள் என்றாள். தன் மகள் தந்திருக்கும் கைச்செயினை அப்படியே ஒத்திருக்கிறதே என்றாள் மூதாட்டி. பத்து அல்லது இருபது யுவான் இருக்கும் என்றாள். அதற்கு பிரீஸ் கூறினாள், "நீங்கள் அதிகமாகப் பணம் கொடுத்தால் இதனை உங்களிடமே கொடுத்துவிடுவேன்" என்றாள். இருவரும் சிரித்துக்கொண்டார்கள். மருத்துவமனையில் பணிபுரியும் மற்ற பணிப்பெண்கள் மதிய உணவு உண்ணக் குழுமியிருந்தனர். பிரீஸ் தான் அணிந்திருந்த கைச் செயினை அவர்களிடம் காட்டினாள். பேச்சு அதுபற்றியே தொடங்கியது. அவர்களில் ஒருத்தி சொன்னாள்: "நான் அதைப் பார்த்ததுமே தெரிந்துகொண்டேன், இது கண்ணாடி மணியால் ஆன செயின்" என்று. இன்னொருத்தி சொன்னாள். "பார்ப்பதற்கு அசல்போலவே உள்ளது இருந்தாலும் போலி என்றாள்" மற்றொருத்தி கூறினாள், "இது அசலும் அன்று நகலும் அன்று. பார்க்க அழகாக இருக்கிறது என்று மட்டுமே என்னால் சொல்லமுடியும்."

அன்று மாலை மேனேஜர் லின் மருத்துவமனை வந்திருந்தாள். அவளிடம் பிரீஸ் சூ தன் கைச்செயினைக் காண்பித்தாள். அதனை அவள் தன் லீவ்ஸ் சட்டையின்மேல் அணிந்துபார்த்தாள். "அம்பரால் செய்யப்பட்ட செயினை மிகவும் விரும்புகிறாள் போலும் என்றாள்" என்று சொல்லிவிட்டு, திடீரென்று அவர்களை விமர்சிக்கத் தொடங்கினாள் முதிய லின். "நீங்கள் இருவருமே கொஞ்ச நாட்கள் வியாபாரம் செய்யப் போகலாம்" என்றாள். மகள் சிரித்தவாறே சொன்னாள். "அம்மா, நீ எப்போதுமே இதுபோன்ற புதுப்புது விஷயங்களைப் பேசுவாய்" என்று சொன்னாள்.

கையிலிருந்து செயின் நழுவி விழுந்தது. கீழே விழுந்த அதனை பிரீஸ் எடுக்க எத்தனிக்கவில்லை. மூதாட்டி லின், "நான் பார்த்துக்கொள்கிறேன். அதனை மேசைமீது வைத்துவிட்டு உன் வேலையைப் போய்ப் பார். அது இங்கு பாதுகாப்பாக இருக்கும்; யாரும் எடுத்துச் சென்றுவிட மாட்டார்கள்" என்றாள். அம்மா மகிழ்ச்சியாக இருக்கும்வரை அச்சப்படுவதற்கு ஒன்றுமில்லை. பிரீஸ் தன் செயினையும் அதே மேசையில் வைத்தாள். லின்னின் செயின்மீது பிரிஸுக்கு ஒரு கண் இருந்தது. முதிய லின் பிரிஸின் செயினைப் பார்த்தாள். அது மகளின் வளையலை ஒத்திருக்கவில்லை. அதன் பளபளப்பே வேறு. வணிகர் யாரேனும் அசல் எது, நகல் எது என்று எளிதாக அடையாளம்

காட்டுவர்! அதை மகளிடம் தந்துவிட்டுச் சொன்னாள்: "அதைப் பத்திரப்படுத்தி வை. காணாமல் போய்விடும். அதனை அவளிடமே திருப்பித் தந்துவிடவேண்டும்." அவளுடைய மகள் அந்த வளையலை அணிந்து கொள்ளச் சொன்னாள். அதனை அவள் அணிந்ததும்தான் லின்னின் மனம் அமைதியானது. தன் மகள் எல்லோரிடத்தும் நன்றாகப் பழகக் கூடியவள். ஒளிமறைவு அவளிடத்தில் இருந்ததில்லை. அடுத்தவர் தன்னைப் போல் ஏதாவது அணிந்திருந்தாலும் அவள் அதற்குத் தடையாகவும் இருந்ததில்லை.

மேனேஜர் லின், தன் கைப்பேசியை எடுத்தாள். அவள் அதில் பேசிக்கொண்டிருந்தபோது அவள் கைப்பையிலிருந்த வேறொரு கைப்பேசி ஒலிக்கத் தொடங்கியது. யார் எந்த எண்ணிலிருந்து அழைக்கிறார்கள் என்பதைப் பார்த்துவிட்டுச் சொல்லவேண்டிய தகவலைத் தெரிவித்தாள். அந்தக் கைப்பேசியின் அழைப்பு வித்தியாசமான குரலாக இருந்தது. அதற்குச் சாமர்த்தியமாகப் பதில் அளித்துவிட்டு அமைதியானாள்.

மகளைக் கவனித்துக்கொண்டிருந்த மூதாட்டியால் சரியாக மூச்சுவிட முடியவில்லை. அவள், தன் மகளைப் பார்த்துத் தலையை ஆட்டியபடியே சொன்னாள். "உன் கையில் இருப்பது போலியாக இருந்தாலும் அசல்போலவே இருக்கிறது."

மேனேஜர் லின் மருத்துவமனையைவிட்டு அலுவலகத்திற்குச் சென்றாள். வழக்கமாக, இரவில் தன் பணிகளைச் செய்யக்கூடியவள் அவள். அலுவலகத்தில் இருந்த மின்தூக்கியின் பொத்தானை அழுத்தினாள். அவள் அணிந்திருந்த கைச் செயின் உல்லன் சால்வை வழியே வெளியே தெரிந்தது. மின் தூக்கியில் இருந்த அழகான ஆடையில் நின்றுகொண்டிருந்த இரு பெண்கள் கைச் செயினைப் பற்றிப் பேசினர். "அதைப் பார்த்தாயா, மிகவும் அழகாக இருக்கிறது. அது அம்பரில் செய்தது. பந்தயம் வைத்துக் கொள்ளலாமா?" அதில் கைதேர்ந்த இன்னொருத்தி சொன்னாள். "ஆமாம், பால்டிக் கடலிலிருந்தோ அல்லது இந்தியாவிலிருந்தோஅது வந்திருக்க வேண்டும்." முதலில் பேசியவள், உண்மையாகவே கை வளையலைப் பார்க்காமலேயே பதில் சொன்னாள். லின் தனக்குள் சிரித்துக்கொண்டாள்.

மேனேஜர் லின், தன் இருக்கைக்குத் திரும்பியதும் அவளது 'டெஸ்க்கு' அருகில் இருந்த சிறிய மேசைமீது கை வளையலை வைத்தாள். அடுத்த நாள் மேனேஜர் லின்னுக்குத் தெரிந்த ஒருவனை, அவளது அலுவலகத்திற்கு வந்து சில வேலைகளைச் செய்யச் சொன்னார். மேசைமீது கிடக்கும் கைச் செயினைப் பார்த்துவிட்டு "அவன், இது விலை மதிக்க இயலாதது, இப்படிக் கீழே கிடக்கிறதே" என்றான். அவன் அவ்வாறு சொல்லிவிட்டு விடைபெறும்முன்பு அவன் அவளுக்கு அன்பளிப்பாக அழகான பெட்டி ஒன்றைத் தந்தான். விலையுயர்ந்த பொருள் இருக்கும் இடத்தில் இருந்தால்தான் இன்னும் அழகாகத்

தெரியும், அது அவரவர் மனத்தின் விருப்பமாகும். ஏற்கெனவே அதனை உடையவளுக்கு அது மற்றொரு இனிய பொருளாகவே தோன்றும் என்றான் அவன். அந்தப் பெட்டியை அவனிடமிருந்து பெற்றுக்கொண்ட அவள் அம்மாவிடம் சொல்லியதை உறுதிப்படுத்திக்கொள்ள எண்ணியிருந்தாள். அசலான அம்பரால் செய்யப்பட்ட கைச் செயினை அணிந்திருந்த பிரீஸ் உள்ளுக்குள் மிக மகிழ்ந்தாள். அவள் அதனை அணிந்துகொண்டு தான் போட்டிருப்பது போலியானதல்ல எனத் தன்னோடு பணியாற்றும் சக பெண்களுக்குக் காட்டிக்கொள்ள விரும்பினாள். தான் அணிந்திருப்பதை ஒவ்வொருவரிடமும் காட்டி எவ்வளவு அழகாக இருக்கிறது என்று சொல்லமாட்டார்களா என்று அவர்களின் வார்த்தைகளுக்காகக் காத்திருந்தாள். இம்முறையும் அவர்கள் ஒருமித்த கருத்தாக, அது நகல் தான், அசலன்று என்று சொல்ல அவள் மனமுடைந்துபோனாள். அப்போது அங்கு வந்த தலைமைச் செவிலி தற்செயலாக பிரீஸுவின் கைச் செயினைப் பார்த்தாள். அது மிகவும் அழகாக இருப்பதாக அவள் சொல்லவே தனக்கு ஆதரவு கிடைத்த தென்றெண்ணிச் செவிலி நன்றாகப் பார்க்கட்டும் என்று கைகளை அருகில் கொண்டுவந்து அதனைக் காட்டினாள்.அது அழகாக இருப்பதோடு விலை மதிப்புடையதாகவும் இருக்குமே என்று அவள் சொன்னதும் பிரீஸ் வியந்துபோனாள். "பிரகாசிக்கும் பிளாஸ்டிக்கால் ஆன இந்த வளையலை நீ நன்றாகத்தான் தேர்ந்தெடுத்திருக்கிறாய்" என்று கேலியாகச் சொன்னாள்.

"இல்லை... நன்றாகப் பார். இது உண்மையில் அசல்தான்" என்றாள் பிரீஸ்.

"நீ அணிந்துகொண்டிருப்பதால் வேண்டுமானால் ஒருவேளை அப்படி இருக்கலாம்" என்று சொல்லிவிட்டு, இது நகலாகத்தான் இருக்கவேண்டும் என்றாள்.

மேனேஜர் லின், வணிகம் தொடர்பாக அமெரிக்க சென்றுவிட்டாள். அதனால் சில நாட்கள் மருத்துவமனைக்கு வரவில்லை. நோயாளிகள் அறை அமைதியாக இருந்தது. கைச் செயினை சக பணிப்பெண்கள் எவ்வாறெல்லாம் எதிர்கொண்டனர் என்று மூதாட்டி லின்னிடம் பிரீஸ் விளக்கினாள். லின் அதனைக் கண்டுகொள்ளாதவள்போல் காணப்பட்டாள். இன்னும் சொல்லப்போனால், கைச்செயின் பற்றிய நினைவே இல்லாதிருந்தாள்.

விமான நிலையம் செல்லும் வழியில் ஒரு நாள் மேனேஜர் லின், விமானம் தாமதமானதால் அவளால் வர இயலவில்லை என்று தெரிவித்தாள். மறுநாள் மருத்துவமனைக்கு வருவதாகவும் தெரிவித்திருந்தாள். மூதாட்டி லின் ஏதோ சொன்னாள். மகள் சொல்லியது அவள் காதில் கேட்கவில்லை. ஓ.கே. என்று மட்டும் உரக்கக் கத்தவும் பிரீஸ் அதிர்ந்துபோனாள். மூதாட்டி சொன்னாள், "எதற்கும் கவலைப்படாதே"

ஆனால், மேனேஜர் லின் "நான் கவலைப்படுகிறேன்" என்று மெல்லிய குரலில் சொல்லிவிட்டு கைப்பேசியை வைத்துவிட்டாள். அதன்பிறகு அவள் ஒருமாதிரியாகக் காணப்பட்டாள். அந்த மாலை நேரத்தில் திடீரென்று சில பாடல்களைப் பாடும்படி பிரீஸ் சூவிடம் கேட்டாள்."

"நான் வீட்டிலிருந்தால் ஏதாவது பாடுவது வழக்கம். ஆனால் இப்போது பாடல்கள் மறந்துவிட்டன" என்றாள் பிரீஸ். மூதாட்டி லின், சில ஆங்கிலப் பாடல்களைக் கேட்க விரும்பியிருந்தாள். அங்கு அவள் கேட்டுக்கொண்டதை யாரும் கேட்கத் தயாராக இல்லாதபோது, மேற்கொண்டு யாரையும் கேட்காமல் பேச்சை நிறுத்திக்கொண்டாள்.

நள்ளிரவுக்குப்பின் பிரீஸ் லின் வாயசைத்துப் பாடியதைக் கேட்டாள். ஆனால், அதை லின் கவனித்ததாகத் தெரியவில்லை. படுக்கைக்கு அவளைத் தயார்படுத்தும்போது, லின்னால் அசையமுடியவில்லை. பிரீஸ் அவளை உற்று நோக்கியபோது, மூதாட்டியின் கண்கள் மூடியிருந்தன. முழுவதுமாக அவள் உணர்ச்சியற்றிருந்தாள். அநேகமாக மூச்சு நின்றுவிட்டதுபோலவே தோன்றியது.

பிரீஸ் கதி கலங்கிப்போனாள். அவள் உடனே எச்சரிக்கை மணியை அடிக்க விரைந்தாள். உதவிக்காக அறையைவிட்டு வெளியே வந்தாள். மருத்துவர்களும், செவிலியரும் வந்தார்கள். மூதாட்டி லின்னின் உடலைத் தொட்டுப் பார்த்தனர். மருத்துவர்கள் இறந்துபோன மூதாட்டியை வெள்ளைத் துணியால் மூடிவிட்டு வெளியேறினர்.

மேனேஜர் லின் வந்து சேர்ந்தாள். அவள் அப்படியே அம்மாவை நீண்டநேரம் அணைத்தபடி துக்கத்தை வெளிப்படுத்தினாள். உடலைத் தழுவிக்கொண்டிருந்த அவளை அங்கு பார்க்க வந்தவர்கள், விலக்கவேண்டியதாயிற்று. மூதாட்டி படுத்திருந்த விரிப்பில் அழுது கண்ணீரைச் சிந்திய அவளது துயரினைக் கண்ட பிரீஸுக்கு வியப்பு மேலிட்டது. அம்மாவுக்கும் மகளுக்கும் அப்படி ஒரு பாசப்பிணைப்பு...

லின்னைச் சரியாகக் கவனித்துக்கொள்ளவில்லை என்று சிலர் குறைகூறினர். பிரீஸ் தனக்கு ஏற்பட்ட அவப்பெயரைப் போக்கக் கருதினாள். எல்லாக் காலங்களிலும் பணிவிடை செய்துவந்த அவள், இதுபோன்ற நிகழ்வொன்றைப் பார்த்ததில்லை. யாருக்கும் தொல்லை தராமல் மூதாட்டி அமைதியாக இந்த உலகைவிட்டுப் பயணமாகிவிட்டாள். ஒருவகையில் பிரீஸ் இதனை நல்லாசியாகக் கருதிக்கொண்டாள்.

சில நாட்கள் கழிந்தபின், மேனேஜர் லின்னின் அசல் கைச்செயின் பற்றிய சிந்தனையில் ஆழ்ந்தாள் பிரீஸ். அதனைத் திரும்ப அவளிடம் ஒப்படைத்துவிட்டு தன்னுடையதைப் பெறவேண்டும். சொந்தமான ஒன்றை அது மிகச் சாதாரணமாக இருந்தாலும், விலை மதிக்க இயலாததான அதற்கு மாறாகத் தாம் செயற்பட்டதை அவள்

விரும்பவில்லை. மேலும், அந்தக் கைச் செயின் அவள் கணவன் அவளுக்கு வாங்கித் தந்தது.

பிரீஸ், லின்னின் கைச் செயினை மடித்து வைத்துக்கொண்டு, லின் பணிபுரியும் நிறுவனத்தின் முகவரியைப் பெற்று அவளைக் காணுவதற்காகச் சென்றாள். தன்னைக் காணவந்த நோக்கத்தைப் புரிந்துகொண்ட லின், டிராயரிலிருந்து அழகிய பெட்டி ஒன்றை எடுத்து அவளிடம் தந்தாள். தான் மடித்து எடுத்துவந்திருந்த கைச் செயினை ஒப்படைத்தாள். லின் பெட்டியைத் திறந்து அதை பிரீஸிடம் நீட்டினாள். பெட்டியையும், கைச்செயினையும் அவளையே வைத்துக்கொள்ளச் சொன்னாள். அதன்பிறகு அம்பரால் செய்யப்பட்ட அந்தக் கைச்செயினை அணிந்துகொண்டு முணுமுணுத்தபடியே அவளிடம் இருந்து விடைபெற்றாள். "இதுபோன்றே அதுவும் நன்றாகத்தான் இருக்கிறது.'' தனக்குள் இப்படிச் சொல்லியபோதே அவளது கண்களிலிருந்து கண்ணீர் சிந்தியது. விடைபெறுமுன் லின் அவளைக் காத்திருக்கச் சொல்லிவிட்டுத் தன் கைப்பையில் இருந்து பணத்தை எடுத்து, நீதான் அம்மாவை அருகில் இருந்து கவனித்துக்கொண்டவள். அதற்கு நன்றி என்று சொன்னாள். ஒரு கணம் பணத்தைப் பெற்றுக்கொள்ளத் தயங்கிய பிரீஸ், அடுத்துப் பணிசெய்ய ஹைனான் தீவுக்குச் செல்வதற்குப் பயன்படும் என்று அதனை வாங்கிக்கொண்டு லின் பணிபுரியும் இடத்திலிருந்து வெளியே வந்து ஒரு வாடகைச் சிற்றுந்து பிடித்து, மருத்துவமனைக்கு விரைந்தாள்.

மருத்துவமனை அவளுக்குப் புதிதாக இருப்பதுபோலத் தோன்றியது. பலரும் வந்து போய்க்கொண்டிருந்தனர். மற்றும் சிலர் மருத்துவமனையின் முன்பக்க வாயில்வழியே சென்றனர். சிலர் பின்புற வழியே சென்றனர். பிரீஸின் வாழ்க்கையும் அப்படித்தான் இருந்தது, பழையவர்களை வழி அனுப்புவதும், புதியவர்கள் வரும்போது அவர்களை வரவேற்பதுமாக!

பிரீஸ் கைச் செயினைப் பெட்டியில் வைத்தாள். முதுவேனிற் காலத்தில் அதனை எடுத்து அணிந்துகொள்ளலாம் என்றிருந்தாள். அந்த நேரத்தில் 'ஒரு மூதாட்டி' புதிய நோயாளியாக வந்து சேர்ந்தாள். கைச் செயினைப் பார்த்ததும் அது அழகாக இருப்பதாகக் கூறினாள். பிரீஸ் கூறினாள்: "இது அம்பரால் செய்ததாக்கும் என்றாள். புதிதாக வந்த அந்த நோயாளி பதில்கூறினாள், "இது பார்ப்பதற்கு அசலைப்போலவே இருக்கிறது. இது அசல் அன்று, நகல், போலியானது, நான் சொல்வது சரியா?" என்றாள்.

தார்ப்பாய்

பி ரூபின்

நகரத்தை ஒட்டியிருந்த மருத்துவமனையில் அப்போது நான் பரிசோதனை செய்யும் பணியில் இருந்துவந்தேன். ஒரு நாள், புதிய தார்ப்பாய் வழங்கும் பொறுப்பில் இருக்கும் மூதாட்டி மூலைமுடுக்கெல்லாம் தேடினாள். தேடிவிட்டு என்னிடம் கூறினாள்: நீயும் பல வருடங்களாகக் கேட்டுக்கொண்டிருக்கிறாய். நீ கேட்கும் அந்த வகையான தார்ப்பாயை இங்கு யாரும் பயன்படுத்தியதில்லை. ஏமாற்றத்தோடு வெளியே வந்த நான், குவியல் குவியலாகக் குவிக்கப்பட்டிருக்கும் பழைய பொருள்களிடையே தார்ப்பாய் ஒன்று இருப்பதைக் கண்ணுற்றேன். சதுரமாக மடிக்கப்பட்ட அந்தப் பச்சைப்பட்டாணி நிறத்தில் இருந்த ஒரு தார்ப்பாய் மேற்புறம் ஒட்டியபடியே இருந்தது.

மகிழ்ச்சி கலந்த வியப்பில், நான் சொன்னேன். "அந்தத் தார்ப்பாய் நன்றாக இருக்கிறது. நான் எடுத்துச்செல்கிறேன்" என்றேன். அந்த மூதாட்டி சொன்னாள், அதை நான் தரமாட்டேன். நான் கேட்டேன். "அதனை யாராவது முன்பதிவாகக் கேட்டிருக்கிறார்களா?" என்றேன். அந்தக் குப்பை கூளங்களிலிருந்து நீ அதனைக் காண்பாய் என்று கனவிலும் நான் நினைக்கவில்லை. நான் அதனை எடுத்துத் தூய்மை செய்யும்போது அது மிகவும் கனத்திருந்தது. யாரேனும் இதனைப் பயன்படுத்திருக்கிறார்களா? அப்படிப் பயன்படுத்தியிருந்தாலும் பரவாயில்லை என்று குறுக்கிட்டு அவளிடம் பேசினேன். நான் அதனை வேலை செய்யும் பெஞ்சை மூடுவதற்காகப் பயன்படுத்திக்கொள்கிறேன். அவ்வளவுதான். அதில் ஓட்டை இல்லாதவரை அதைப் பயன்படுத்திக்கொள்வேன். அதை எடுத்துச் செல்ல அவசரம் காட்ட வேண்டாம் என்றாள் அம்மூதாட்டி.

அந்தத் தார்ப்பாய்க்குப் பின்னால் ஒரு கதை இருக்கிறது. அதை முதலில் தெரிந்துகொள். அதனைக் கேட்டுவிட்டு உனக்கு விருப்பம் இருந்தால் அதனை நீ பயன்படுத்திக்கொள்ளலாம். நான் தடையாக இருக்கமாட்டேன்".

இப்போது உனக்கு என்ன வயதோ அதே வயதுதான் எனக்கும். நான் நர்ஸாக வேலை பார்த்தபோது, என்னை அறிந்தவர்கள் என் பண்பினைக் கண்டு எனக்குத் திறமை இருந்ததாகச் சொல்லுவார்கள். ஒரு நாள் தீக்காயம் பட்ட இருவர் மருத்துவமனைக்கு வந்தார்கள். அவர்கள் இருவரும் காதலர்கள் என்று பிறகுதான் எனக்குத் தெரியவந்தது. புதிதாகத் திருமணம் புரிந்தவர்கள். பல வருடங்களாக அவர்கள் நண்பர்களாக இருந்து மிகவும் கஷ்டப்பட்டு அதன்பிறகு மணம் புரிந்துகொண்டவர்கள். திருமணம் நடந்த இரவில் அவர்கள் வீட்டை யாரோ ஒரு கயவன் தீக்கிரையாக்கிவிட்டிருக்கிறான். அவர்கள் தீய்ந்துபோன கரிக்கட்டைபோல அவர்களின் நிலை ஆகிவிட்டது.

அவர்களைப் பராமரிக்கும் பொறுப்பு எனக்குத் தரப்பட்டது. அவர்களுக்கு நர்ஸாக நியமிக்கப்பட்டேன். ஒரே அறையில் அவர்களின் இரு படுக்கைகள் இருந்தன. ஒரு பக்கம் அவன்; மற்றொரு புறம் அவள். அவர்கள் உடல் கருநிறமாக இருந்தது. அதிகமான திரவம் கசிந்தது. தீயால் அவர்களின் ரத்தம் வெளியேறித் தண்ணீர் போல நீர்த்திருந்தது. ஆடையைத் தளர்த்திவிட்டு, உடலில் நல்லெண்ணையைத் தடவிவிட்டதைத் தவிர, மருத்துவர்களால் வேறு எதையும் செய்யமுடியாதிருந்தது. அந்த நேரத்தில் எங்களால் அதுதான் செய்யமுடிந்தது. நாங்கள் மேற்கொண்ட சிகிச்சைமுறை சரியாகவே இருந்தது. ஆனாலும் திரவம் கசிவது நின்றபாடில்லை. அவர்களைக் கிடத்தியிருந்த தார்ப்பாய் மாற்றப்பட்டவுடன், அது தொப்பலாக நனைந்துபோனது. தீக்காயத்தோடு இருந்த அவர்களைப் பாய்க்கு மாற்றும்போது, அவர்கள் வலியால் அவதிப்பட்டனர். தார்ப்பாயைக் கொண்டு மூடுவதுதவிர வேறு ஒரு மாற்றுவழியும் மருத்துவர்களுக்குத் தெரியவில்லை. கருஞ்சிவப்பு நிறமாக இருந்த கசிவு நீரைத் துடைத்துவிட்டேன். அவர்கள் உடல் உலர்ந்து போகும்வரை அதனைத் தொடர்ந்து செய்தேன். இருவரையும் இப்படிக் கவனித்து வருவது ஒருவகையில் துரதிருஷ்டம்தான் என்று மற்ற நர்ஸ்கள் சொன்னார்கள். கடினப்பட்டுப் பணி செய்வதும், அதனால் சோர்ந்து போவதும் சாதாரணமானதுதான். சிம்னியிலிருந்து வெளிவரும் ஒரு வித அலறலைப்போல, அவர்கள் இரவில் வேதனையோடு அழும் குரல்தான் மிகுந்த அச்சம் தருவதாக இருந்தது.

நான் அவர்களிடம் சொன்னேன். கருஞ்சிவப்பு நிற உடலைப் பார்த்துவிட்டு, ஒருபோதும் அவர்கள் வேதனையை வெளிப்படுத்தியதில்லை. மற்ற நர்ஸ்கள் ஆச்சரியம் அடைந்தார்கள்.

இதுபோன்ற தீக்காயங்களோடு அவர்கள் வேதனைக் குரல் எழுப்ப வில்லையென்றால் அவர்களின் குரல் நாண் கருகிப்போய் இருக்குமே என்றார்கள். நான் கோபத்தோடு பதில் சொன்னேன். அவர்களின் குரல்நாண் கடவுளின் தந்த வரம். அது தீயால் காயப்படவில்லை. அவர்கள் நான் சொல்வதை நம்ப மறுத்தார்கள். "அவர்கள் புலம்பலால் முனகவில்லையெனில், அவர்களின் குரல்நாண் தீக்காயம் படவில்லை என்று எப்படி உனக்குத் தெரியும்?" என்று கேட்டார்கள். நான் சொன்னேன், "அவர்கள் பாடுகிறார்கள், பின்னிரவில் எங்கும் அமைதியாக இருக்கும்போது இருவருமே ஒருவருக்கொருவர் பாடிய பாடல்களைக் கேட்டேன். ஆனால் என்னால் அவர்கள் பாடிய பாடலைப் புரிந்துகொள்ள முடியவில்லை.

அந்த இரவில் அந்த மனிதனின் உடலிலிருந்து திரவம் அதிகமாகக் கசிந்து வெளியேறவும், அவன் அதில் மிதக்கும் நிலைக்கு ஆளாகவே நான் புதியதொரு தார்ப்பாயினைக் கொடுத்தேன். நீ இப்போது தேடிப் பார்த்துக் கொண்டுவந்த இந்தத் தார்ப்பாய்தான் அது என்றேன்."

நான் அவனிடம் மென்மையான என் சுபாவத்தோடு நடந்துகொண்டாலும், அவன் முணுமுணுப்பது தெரிந்தது. தார்ப்பாயை மாற்றியதும் அவன் முனகுவதை நிறுத்திக்கொண்டான்.

அந்தப் பெண் பெருமூச்சுவிட்டபடி கேட்டாள், "அவர் மயக்கமுற்றிருக்கிறாரா?" "ஆமாம்." என்றேன். அவளும் புலம்பலோடு நிறுத்திக்கொண்டாள். "சிமெண்ட் குழாய்போல கழுத்து இறுகிவிட்டது. தலையைத் திருப்பிக்கூடப் பார்க்கமுடியாது. அவர் தூங்குகிறாரா அல்லது விழித்திருக்கிறாரா என்றுகூடப் பார்க்க இயலவில்லை. அவர் அருகில் படுத்திருக்கிறாரென்றாலும் என்னால் பார்க்க முடியவில்லையே. நாங்கள் ஒருபோதும் அழுது புலம்பவில்லை. அது மற்றவர்க்குத் தொந்தரவாக இருக்கும் என்ற அச்சத்தால் நாங்கள் அவ்வாறு செய்யவில்லை. ஆனால் இப்போது அவர் முதன்முதலாக புலம்பத் தொடங்கியிருக்கிறார். நாங்கள் சாக உள்ளோம் என்பதற்கான அடையாளம் அது. இப்போதாவது அவரோடு சேர்ந்து இருக்க விரும்புகிறேன். சொர்க்கத்தில் வாசிக்கப்படும் புல்லாங்குழலின் மெல்லிய ஓசையாக இருந்தது அவளது மெல்லிய குரல். அவனோடு இருக்கவேண்டும் என்ற அவளது விருப்பத்தை ஏற்க மறுத்தேன். படுக்கையே மிக நெருக்கமாகத்தான் இருக்கிறது. ஆனால் அதில் இருவரும் ஒன்றாகப் படுக்க இயலும்? அதுவும் தீக்காயம் பட்ட உடம்போடு? அவள் சிரித்தபடியே சொன்னாள்: "நாங்கள் கருகிப் போயிருக்கிறோம். அதிக இடைவெளி இனியும் எங்களுக்குள் எதற்கு?"

தீக்காயத்தால் கருஞ்சிவப்பு நிறத்திலிருந்த அவளது உடலை மெல்லத் தூக்கினேன். எரிந்த கரிக்கட்டை போன்று இலேசாக இருந்தாள்.

இதுதான் அந்தத் தார்ப்பாயின் கதை. அந்தத் தார்ப்பாயை உனக்கு வேண்டும் என்று கேட்டாயே! இதுதான் அந்தத் தார்ப்பாய்.

மடித்துவைக்கப்பட்டிருந்த அந்தத் தார்ப்பாய்ப் பார்த்தேன். மெல்ல மெல்ல அதனைத் திறந்து பார்த்தேன். திறந்து பார்த்த போது, பெரிய அட்டையில் அஞ்சல் தலையை, ஒட்டி, அஞ்சல்தலை வெளியீட்டு விழா நடத்துவார்களே, அதுபோல இருந்தது நான் அதனைப் பிரித்துப் பார்த்தபோது. நான் பார்த்த சூழ்நிலை அப்படித்தான் இருந்தது.

அதனைத் துடைத்துச் சுத்தப்படுத்தியதற்கு நடுவே, பச்சைப் பட்டாணி நிறத்திலிருந்த அந்தத் தார்ப்பாயில் இரு உருவங்கள் இறுக்கமாக அதனுள் இருப்பதுபோலத் தோன்றியது.

▰ ▰ ▰

இராம.குருநாதன்

மோகம்

ஜியோ ஜியான்க்யுன்

ரெட், 'ஷான்க்ஸி' இசைக்குழுவில் ஓர் உறுப்பினர். அந்தக் குழுவில் அவள்தான் தலைமைப் பாடகி. பாடலில் கைதேர்ந்தவள். ஷான்க்ஸியிலும் பிற பகுதியிலும் அவள் பிரபலமாக இருந்தவள். எட்டுவயதில் நடிக்கத் தொடங்கியவள். முப்பது அல்லது நாற்பது வருடங்களில், பல பாத்திரங்களில் நடித்திருப்பினும் அவளது சிறந்த பாத்திரமாகப் பேசப்பட்டது, 'லெஜண்ட் ஆஃப் தி ரெட் லேண்டர்ன்' என்ற நாடகத்தில் நடித்த லீ மெய் என்ற பாத்திரம். அவளுக்குச் சிறந்த பெயரையும் புகழையும் அது வாங்கித்தந்தது, பெய்ஜிங் இசை நடனத்திலிருந்து உருமாற்றம் பெற்ற நாடகம் அது. செய்தித் தொடர்பு அமைச்சகம், லீமெய் என்ற பாத்திரம் ஏற்று நடித்த அவள் உருவத்தை நிழற்படமாகத் தெரிவுசெய்து அதனை ஒரு இளவேனில் விழாவில் வெளியிட்டது. அந்த நிழற்படம் வெகுவாக மக்களை ஈர்த்ததால், ரசிகர்கள் பலரும், அதனைத் தங்கள் வீடுகளில் மாட்டிவைத்துக் கொண்டனர்.

ரெட் ஓய்வு பெற்றபிறகு அவள் வீட்டில் தனிமையில்தான் வசிக்கிறாள். அந்நாளில் இருந்த அவளது இளமைத் தோற்றமும், அழகிய நிறமும் இப்போது குலைந்துபோனது. இழந்த அவளது புகழைத் தக்கவைத்துக்கொள்ள, இளைஞர்களுக்கு நாடகப் பயிற்சி அளிப்பதென்று முடிவு செய்தாள். அதற்காக நிதி திரட்டுவதென எண்ணியிருந்தாள். இளமையில் இருந்ததுபோல அவளால், காலைத் தூக்கி நடனமாட இயலாது. அவளது முகமும் அழகிழந்து போனது. அது காரணமாக அவள், இதுவரை ஒரு சிறுதொகைகூடத் திரட்ட முடியாதிருந்தது.

கல்லூரியில் படித்துக்கொண்டிருந்த அவளுடைய பெயர்த்தி, பாட்டி பயிற்சி அளிப்பது பற்றிய சில தகவல்களை இணையதளத்தில் வெளியிட்டிருந்தாள். நிரம்ப நாட்கள் ரெட் வீட்டில் சும்மாவும் அமர்ந்திருக்கவில்லை. வீட்டின் கதவை யாரோ தட்டும் ஓசைகேட்டது. அதை முதலில் அலட்சியம் செய்த ரெட், கதவைத் திறந்ததும் அழகிய தோற்றம்கொண்ட ஒருவர், உள்ளே வரவும் அவளை, அவன் ஒரு கணம் உற்று நோக்கினான். தான் வந்திருக்கும் நோக்கத்தை விளக்கினான். இளைஞர்களுக்கு ரெட் நாடகப் பயிற்சி அளிப்பதாக இருக்கும் தகவலறிந்து அதற்கு உதவும்பொருட்டு வந்திருப்பதாய்க் கூறினான்.

ரெட் அவன் சொன்னதைக் கேட்டதும் மகிழ்ச்சியில் திளைத்தாள். அதற்காக அவன் ஆதரவு அளிப்பதை எண்ணி மிகவும் வாழ்த்தலானாள். தான் கையில் வைத்திருந்ததினாள் தோல்பையிலிருந்து நோட்டுக் கட்டுகளை எடுத்து மேசையின்மீது அடுக்கி வைத்தான் அவன்.

"இதில் நூறாயிரம் யுவான் இருக்கு. இது முதல் தவணைதான். இன்னும் இருநூறு யுவானைப் பின்னால் தந்துவிடுகிறேன்"

"இது மாய விந்தையாக இருக்குதே" என்று சொல்லியபடியே தன் கண்ணாடியை அணிந்துகொண்டு பணக்கட்டுகளை நோட்டமிட்டாள்.

அவன் சிரித்துக்கொண்டே, "எல்லாம் நல்ல நோட்டுத்தான், கள்ள நோட்டு அல்ல, சந்தேகப்பட வேண்டாம்" என்றான்.

அவனது பெயரைக் கேட்டாள். அதற்கும் சிரித்தபடியே விடையளித்தான். "நான் ஒண்ணும் பெயர் சொல்லும் அளவுக்குப் பெரிய ஆளில்லை; மிகச் சாதாரணமானவன்."

"நல்லது, நீங்கள் ஷான்க்ஸி இசை நாடகத்தின் தீவிர ரசிகனாக இருக்கவேண்டும். இல்லையா?"

அதை அவள் சொன்னதும் "ஆமாம்" என்று தலையசைத்தான்.

"நீங்கள் என்ன இப்படியொரு வியப்பான காரியத்தைச் செய்திருக்கிறீர்கள்! நீங்கள் எங்கிருந்து வருகிறீர்கள் என்று சொல்லாதவரை, இந்தப் பணத்தைப் பெற்றுக்கொள்ளமாட்டேன்."

அவனது முக பாவனை சட்டென்று உறைந்துபோனது. அவனது முகத்தில் ஒரு விசனக்குறி படர்ந்திருந்தது. இருந்தாலும் அதை வெளிக்காட்டிக் கொள்ளவில்லை. அப்போதைய அவனது தோற்றம் ஜப்பானிய நடிகர் கென் தகாகுராவை நினைப்பூட்டுவதாக இருந்தது.

"நான் 'லேபர் கேம்ப்'பில் இருந்தவன். அங்கு வேலை பார்த்தவன். ஒரு மனிதனின் வாழ்க்கையில் இருபது முதல் முப்பது வரையிலான காலங்கள் மிக முக்கியமானவை. முப்பது ஆண்டுகளாய் வேலை

பார்த்த நான் அப்போது இளம் தொழிலாளியாக வேலையில் சேர்ந்தவன். அப்போதெல்லாம் நீங்கள் லீ மெய்யாகப் பாத்திரம் ஏற்று நடித்த நிழற்படம் நினைவிருக்கிறதா உங்களுக்கு.

அந்த நிழற்படத்தை சுவரில் ஒட்டிவைத்திருந்தேன். அந்த அளவுக்கு நான் உங்களின் ரசிகன். நான் என் நண்பர்கள் தங்கிய அறையில்தான் அதனை ஒட்டியிருந்தேன். அப்போது 'நீங்கள் எத்துணை அழகு தெரியுமா? மிக இளமையாய் இருந்தீர்கள்.' என்று சொல்லிவிட்டு மிகவும் தளர்ந்து போயிருந்த அந்த முதியவளை உற்று நோக்கினான். அந்த காலத்து எட்டுவயது ரெட் அவனது நினைவில் வந்துபோனாள்.

பெருமூச்சுவிட்டபடி, தன் பேச்சைத் தொடர்ந்தான். "எங்கள் அறையில் எட்டுப் பேர்கள் தங்கியிருந்தோம். அந்த எட்டுப் பேரும் உங்களை மிகவும் விரும்பியிருந்தோம். உங்களை வானளவு புகழ்ந்தோம். உங்களை மிகவும் விரும்பியவர்களில் முதன்மையாக நான் இருந்திருக்கிறேன். என்ன அப்படி ஒரு மடத்தனம்! அதனை எண்ணி நான் நாணம் அடைந்திருக்கிறேன். இப்போதும்கூட உங்கள் முகத்தின் நிறம் மாறாதிருக்கிறது."

இடையிடையே பேச்சை நிறுத்திவிட்டு மேலும் தொடர்ந்தான். "நாங்கள் அறையைவிட்டு வேலைக்குச் செல்லும்போது அந்த அறையிலிருந்து நான்தான் கடைசியாகச் செல்வேன் ஏன் தெரியுமா? உங்கள் நிழற்படத்திற்கு 'குட் பை' சொல்ல! நான் வெளியே அப்படிக் கிளம்புபோது, உங்கள் நிழற்படத்திற்கு முத்தம் தந்து செல்வது வழக்கம். பிறகு நான் என்ன செய்தேன் என்பதை ஒவ்வொருத்தரும் என்னிடம் சொன்னார்கள். அந்த அளவுக்கு உங்கள் மீது எனக்கொரு மோகம். அவர்களே சந்தேகப்படும்படி! அந்த உதடுகளில் பலமுறை. மாதக்கணக்கில் வருடக்கணக்கில், அந்த நிழற்படத்திற்கு அதன் நிறம் மாறும்வரை முத்தமிட்டிருக்கிறேன். இறுதியாக ஒருமுறை முத்தம் இடும்போது கதவுகள் படீரென்று திறந்துகொண்டன.

பாதுகாப்புக் கருதி-நான் கைதாகி அழைத்துச் செல்லப்பட்டேன் நான் செய்த போக்கிரித்தனத்தால்! குற்றவாளியாகி தண்டனைக்கு உள்ளானேன். "என்ன இப்படி ஒரு விபரீதமான-கதை இது! நீங்கள் தொழிலாளியாக இருந்தபோது பணக்காரராக இருந்திருக்கிறீர்களா? 'கவுண்ட் ஆஃப் மாண்டி கிறிஸ்டோ' இருந்ததுபோல! அவன் அவள் சொன்னதை எண்ணிச் சிரித்தான்." 'மாண்டி கிறிஸ்டு'விக்காவது அடித்தது யோகம்! எனக்கு அப்படி இல்லையே! புதின ஆசிரியர்கள் மட்டுமே அது போன்ற கற்பனையை எண்ணுவார்கள். சொல்லப்போனால், நான் கைதாகி வெளியே வரும்வரை எனக்கொன்றும் அதிர்ஷ்டம் வந்துவிடவில்லை. வேலையை இழந்துவிட்ட நான், பிறகு கடலுக்குச் சென்று சிறிது சிறிதாகச் சம்பாதித்தேன்."

இதையெல்லாம் கேட்ட ரெட், அவன் கொடுத்த பணத்தைப் பெற்றுக்கொண்டு விரைவிலேயே பயிற்சிக்கான கலைக்கூடத்தைப் பெரியதொரு ஆரவாரத்திற்கிடையே திறந்துவைத்தாள். வீரம்மிக்க இளமையை மீண்டும் அவள் பெற்றதாய் எல்லோரும் சொல்லிக்கொண்டார்கள்.

இரண்டு தவணைகளாக இருநூறு ஆயிரம் யுவான் அவன் சொல்லியவாறே வங்கி ஒன்றில் அவளது கணக்கில் செலுத்தினான்.

அவளிடமிருந்து அந்த இடத்தைவிட்டு வெளியேறும் அன்றைய தினத்தில், எதிர்பாராத சம்பவம் ஒன்று நடந்தேறியது. அவன் அவளை முத்தமிட்டான். உச்சிமுதல் பாதம் வரையில் நீண்டதொரு முத்தம் பதிந்ததை அவள் உணர்ந்தாள்.

மாடிப்படி ஏறிவரும் சத்தத்தைக் கேட்டு கனவிலிருந்து விழித்துக்கொண்ட அவள், அவனை வெளியே பிடித்துத் தள்ளினாள். "என் பேர்த்தி வருகிறாள். உடனே போய்விடு! சீக்கிரமாய் வெளியேறு" என்று சொல்லிவிட்டு உள்ளே சென்ற அவள் படுக்கையில் படுத்துக்கொண்டு அழத் தொடங்கினாள்.

※ ※ ※

தாய் மடி

லூ சூன்

'என்னாச்சு? ஒரு சத்தத்தையும் காணோமே! குழந்தைக்கு என்னாச்சு? சிவப்பு மூக்கன் குங் தலையாட்டியபடியே கைகளில் மதுக்கிண்ணத்தை வைத்துக்கொண்டு அடுத்த வீட்டைப் பார்த்தவாறு ஆ ஊ பேசினான். நீலத் தோளான் 'ஆ... ஊ' தனது மதுக்கிண்ணத்தைக் கீழே வைத்துவிட்டு ஒருவனின் முதுகில் குத்துவிட்டான். '

'ஆமாம்' தாழ்ந்த குரல் எழுப்பியவாறு, மறுபடியும் உனக்கு இரக்க உணர்வு வந்துவிடுமே!' லூச்சேன் பத்தாம்பசலித்தனமான சிற்றூர். இரவு நேர அறிவிப்பு ஒலி கேட்டதுமே அனைவரும் கதவைச் சாத்திக்கொண்டு உறங்கப் போய்விடுகிறார்கள். இரண்டு வீட்டுக்காரர்கள் மட்டும் அந்த நள்ளிரவில் விழித்திருந்தார்கள். 'பிராஸ்பரிட்டி' மதுபானக் கடையில் சில பெருந்தீனிக்காரர்கள் மட்டும் மிதமிஞ்சிய குடியில் அந்தக் கடையைச் சுற்றிவந்தனர். அந்தக் கடையை அடுத்து வசிப்பவள் நான்காம் ஷானின் மனைவி; இரண்டு ஆண்டுகளுக்குமுன் விதவையானவள். பருத்தி நூல் நெய்து பிழைத்துவந்த அவளுக்கு மூன்று வயதுப் பையன் இருந்தான். தன் வேலையை முடித்துவிட்டு அவள் நேரங்கழித்துத்தான் உறங்கப்போவாள்.

சில நாள்களாக, தறி நெய்யும் ஓசை அந்த வீட்டில் கேட்காதிருந்தது. அதுவரை அவ்விரு வீட்டார்களும் நள்ளிரவு வரை உறங்காதிருந்தனர். கிழவனான குங்கும், இன்னும் சிலரும் ஷானின் வீட்டிலிருந்து ஏதேனும் சப்தம் வருகிறதா என்று கவனிக்கலானார்கள். குத்துவாங்கிய கிழட்டு குங் மதுவை வேகமாக அருந்திவிட்டு கிராமியப் பாடலொன்றைப் பாடிக்கொண்டிருந்தான். இதற்கிடையே ஷானின் மனைவி தனது

படுக்கையின் ஓரத்தில் வாழ்வின் அரும்புதையலான தன் குழந்தை பாவோ எர்ரைக் கைகளில் அணைத்தவாறே அமர்ந்திருந்தாள். தரையில் நெசவுத் தறி வெறுமனே கிடந்தது. பாவோ எர்ரின் முகத்தில் மங்கலான விளக்கொளிபட்டது. நீலம் பாரித்த அவனது உடம்பில் காய்ச்சல் அடித்தது. புனித ஆலயத்திற்குப் போகும்முன்பு கடவுளிடத்து வேண்டிக்கொண்டு சீட்டுக்கட்டிப்போட்டது நினைவு வந்தது. கடவுளிடம் வேண்டிக்கொண்டது வீண்போகாது என்று எண்ணினாள். 'மகனைக் கடவுள் குணப்படுத்திவிடுவார், என்ற நம்பிக்கை இருக்கு. அவன் ஒருவேளை, குணமாகாவிட்டால் என்ன செய்வது?' மருத்துவர் ஹோ ஹிசியோ ஷியனிடம் சென்றுதான் காண்பிக்கவேண்டும். இரவில் மட்டும் அவனது உடல்நிலை இப்படித்தான் இருக்கிறது. நாளை காலை விடிந்ததும் சரியாகப் போய்விடும். காய்ச்சல் தணிந்து எளிதாக மூச்சுவிடுவான். எல்லா நோய்களும் இப்படித்தான்போல! ஷான் மனைவி ஒரு வெகுளி! எதுவும் அறியாதவள். 'ஒருசமயம்' என்ற வார்த்தை எத்தனை அச்சம் தருவது என்பதுகூடத் தெரியாதவள். அந்த வார்த்தைக்குப் பொருள், கெட்டவையெல்லாம் நல்லவையாவதும், நல்லவையெல்லாம் கெட்டவையாவதும் என்பதாகவே இருக்கும். கோடைக்கால இரவு, கொஞ்சநேரந்தான். கிழட்டுக் குங்குவும், பிறரும் பாடுவதை இச்சமயத்தில் நிறுத்தியிருந்தனர். கிழக்கில் வானம் வெளிச்சத்தோடு வரத்தொடங்கியது. வைகறை வெளிச்சம் சன்னல்வழியே படர்ந்தது.

ஷான் மனைவிக்கு அந்த விடியலுக்கான காத்திருப்பு என்பது அவ்வளவு எளிதாக இல்லை. நேரமும் மெல்லவே ஊர்ந்தது. இன்னும் ஒரு வருடம் இப்படியேதான் பாவோ எர் இருக்க வேண்டுமா என்று தோன்றியது. அவன் மூச்சுவிடும் ஒவ்வொரு கணமும் அவ்வாறுதான் நினைக்கத் தோன்றியது. விளக்கின் ஒளியை மழுங்கடித்ததுபோலப் பகல் வெளிச்சம் தெளிவாக இருந்தது. பாவோ எர் மூச்சுவிடும்போது மூச்சுக்குழல் சற்றே திணறியது.

ஷானின் மனைவி அழுகையை மெல்ல அடக்க நினைத்தாள். அழுகை என்பது ஒரு கெட்ட சகுனம் என்று அவளுக்குத் தெரிந்திருந்தது. ஆயினும் அவளால் என்ன செய்யமுடியும்? வழிவகை தெரியாதிருந்தாள். காலந்தாழ்த்தாமல் மருத்துவர் ஹோவிடம் செல்வது ஒன்றே அவளது நம்பிக்கையாக இருந்தது. அவள் ஒரு வகையில் வெகுளிதான் என்றாலும், தன்னளவில் அவளிடத்தில் தளராத நம்பிக்கை இருந்தது. தான் சம்பாதித்துச் சேர்த்து வைத்திருந்த பணத்தையெல்லாம் எடுத்துக்கொண்டாள். பதிமூன்று சிறிய டாலர்கள்; நூற்றியெண்பது செப்புக்காசுகள் எல்லாம் சேர்த்து அவற்றைப் பையில் திணித்துக்கொண்டாள். வீட்டைப் பூட்டினாள். மகனைத் தூக்கிக்கொண்டு எவ்வளவு விரைவாகச் செல்லமுடியுமோ, அவ்வளவு விரைவாக மருத்துவரைக் காணச்சென்றாள்.

மருத்துவரைப் பார்ப்பதற்கு ஏற்கெனவே நான்கு நோயாளிகள் காத்திருந்தனர். நாற்பது வெள்ளி சென்ட் செலுத்தி முன்பதிவிற்கான சீட்டை வாங்கிக்கொண்டாள். பாவோ எர் ஐந்தாவது நோயாளி. மருத்துவர் அவனைக் கைவைத்துப் பார்த்து நாடியைச் சோதித்தார். அவரது நகங்கள் நான்கு அங்குல நீளமிருக்கும். ஷாவின் மனைவி ஏதாவது அற்புதம் நிகழ்ந்து மகன் பிழைக்கமாட்டானா என்ற ஏக்கத்தில் இருந்தாள். உறுதியாக என் மகன் பிழைத்துக்கொள்வான் என்று உள்ளூர நினைத்துக் கொண்டாள். ஆனால் ஆதங்கத்தோடு மருத்துவரைப் பார்த்து அவளால் கேட்காமல் இருக்கமுடியவில்லை.

"டாக்டர், என் மகனுக்கு என்னாச்சு?"

"சீரண உறுப்பில் ஏதோ ஒரு கோளாறு."

"அது சீரியஸா டாக்டர்?"

"அவன் மூச்சுவிட முடியாமல் திணறுகிறான்". முதலில் இந்த இரண்டு மருந்துச் சீட்டுகளை வாங்கிக்கொள்" உஷ்ணம் தலைக்கேறி இருக்கிறது!"

வார்த்தையை மருத்துவர் முடிக்கவில்லை. கண்களை மூடிக்கொண்டார். அவளும் அதற்குமேல் கேட்க நினைத்தும் ஒன்றும் கேட்கவில்லை. முப்பது வயதிருக்கும் ஒருவர், மருத்துவரின் எதிரே அமர்ந்து மருந்துச் சீட்டினை எழுதினார். மருந்துச் சீட்டின் ஓரத்தில், 'இன்பேண்ட் பிரிசெர்வர் பில்ஸ்' என்று எழுதியிருப்பதைக்கூறி, "நீ இந்த மருந்துகளை 'சால்வேசன்' கடையில் வாங்கிக்கொள்" என்றார். மருந்துச் சீட்டை வாங்கிக்கொண்டு வெளியே வந்தவள், நேரே கடையை நோக்கிச்சென்றாள். மருத்துவர் வீடு, கடை, அவளது இருப்பிடம் ஆகியன அருகருகே முக்கோணப்பாதையில் இருந்தன. மருந்தை வாங்கிக்கொண்டு பிறகு வீட்டுக்குப் போய்வருவதே நல்லது என்று நினைத்த அவள், மருந்தினை வாங்குவதில் வேகம் காட்டினாள். கடை ஆள் அதனைப் படித்துவிட்டு மெல்ல மருந்தைக் காகிதத்தில் சுற்றிக் கொடுத்தான். அவள் கையில் குழந்தையோடு காத்திருந்தாள். திடீரென்று குழந்தை சிறிய கையினால், தன் தலைமுடிக் கற்றையைப்பிடித்து இழுத்துப் பார்த்தது. இதற்குமுன் இதுபோல, அது செய்ததில்லையே என்று எண்ணி அவள் மனம் கலவரம் அடைந்தது. உச்சி வெயில். குழந்தையோடு மருந்தையும் எடுத்துக்கொண்டு நடந்துசென்றாள். அவளுக்குச் சற்றே பாரமாக இருப்பதுபோல் உணர்ந்தாள். சற்றுத் தொலைவில் நடக்கவேண்டியிருந்ததால், சிறிது ஓய்வெடுக்க ஒரு பெரிய வீட்டின் வாயிற் கதவுப்படியில் அமர்ந்தாள். உடலோடு ஒட்டியிருந்த அவளது ஆடை வியர்வையால் ஈரம் படிந்து பிசுபிசுப்பானது. குழந்தை ஆழ்ந்த உறக்கத்தில் இருப்பதுபோல் காணப்பட்டது. அவள் மீண்டும் எழுந்து நடக்கையில், முன்பைவிடக் குழந்தை

பாரமாக இருப்பதுபோல் உணர்ந்தாள். அவளுக்கு அருகிலிருந்து ஒரு குரல் எழுந்தது. நான் குழந்தையைத் தூக்கிக்கொண்டு வரவா, என்ற அந்தக் குரல் அவளுக்குப் பரிச்சயமானதாக இருந்தது. அது நீலத்தோளான் ஆஊ என்பதை உறுதிப்படுத்திக் கொண்டாள். அரைகுறையான உறக்கத்தில் அவன் அவளைப் பின்தொடர்ந்தான். தனக்கு உதவ தேவதை வரும் என்ற நம்பிக்கையில் இருந்த அவள், ஆஊ சொன்னதைப் பொருட்படுத்தவில்லை. அவன் உதவ வந்திருப்பதை அவள் விரும்பவும் இல்லை. ஆனால் இக்கட்டான தருணத்தில் துணிவோடு அவன் வந்தாலும் அவளுக்கு உதவவேண்டும் என்ற எண்ணம் அவனிடத்திலிருந்தது. முதலில் மறுத்தவள், பின் மனம்மாறி அவனிடம் குழந்தையைக் கொடுக்கவேண்டியதாயிற்று. மார்பில் அணைத்திருந்த பாவோ எர்ரை அவனிடம் கொடுத்தபோது அவள் சற்றே உணர்ச்சிவயப்பட்டாள். இரண்டரை அடி இடைவெளியில் அவர்கள் இருவரும் நடந்தார்கள். ஆஊ கேட்ட சில கேள்விக்கு அவள் பதில் அளித்தாளில்லை. பாதிதூரம் சென்றுகொண்டிருந்தபோது, தன் நண்பன் ஒருவன் விருந்துக்கு ஏற்பாடு செய்திருப்பதாக அவன் கூறவே, குழந்தையை அவளிடம் ஒப்படைக்கவேண்டியதாயிற்று. வீட்டை நெருங்கும் தறுவாயில், வாங் மாமி சாலை ஓரத்தில் அமர்ந்திருக்கவே அவளைப் பார்த்து, "ஷானின் மனைவியே, டாக்டரைப் பார்த்தியா? இப்ப எப்படி இருக்கு?"

"பார்த்தேன். நீங்கதான் அனுபவமிக்கவராயிற்றே, நீங்களே பார்த்துச் சொல்லக்கூடாதா?"

"எனக்காக இவனைப் பார்த்துக்கொள்வீர்களா?"

"உம்"

"நல்லது"

வாங் மாமி பையனைப் பரிசோதித்தாள். இரண்டுமுறை தலையை ஆட்டி இசைவு தந்தாள். அவன் மருந்தை உட்கொள்ளும்போது பிற்பகல் ஆகிவிட்டிருந்தது. அவனை ஊன்றிக் கவனித்தாள். நன்றாகிவிடுவான் என்று அவள் மனத்திற்குப்பட்டது. திடீரென்று குழந்தை "அம்மா" என்று கூப்பிட்டான். அதன்பிறகு கண்களை மூடிக்கொண்டான். தூங்குவதுபோலக் காணப்பட்டான். அவனது நெற்றியிலும், மூக்கு நுனியிலும் வியர்வை முத்துகள் அரும்பியிருந்தன. அவற்றை ஒற்றி எடுத்தவள், அவனது இதயம் விம்முவதைக் கண்டு கலங்கிப்போனாள். அவள் அழுதாள். சிறிதுநேர அமைதிக்குப்பின் அவனது மூச்சு முற்றிலுமாக நின்றுபோனது. அவள் ஓலமிட்டுப் புலம்பி அழுதாள். கூட்டம் கூடிவிட்டது. அறையினுள் வாங் மாமி, நீலத்தோளான் ஆஊ ஆகியோர் இருந்தார்கள். அறைக்கு வெளியே 'பிராஸ்பரிட்டி' விடுதியின் உரிமையாளர், சிவப்பு மூக்கன் குங்

முதலியோரும் நின்றிருந்தார்கள். 'கரன்ஸி' நோட்டைக் கொளுத்துமாறு ஆணையிட்டாள் வாங் மாமி. அங்கு ஓடியாடி உதவியோரின் உணவுச் செலவுக்காக இரு இருக்கைகளையும், ஐந்து உடைகளையும் அடகுவைத்து இரண்டரை டாலர்களை ஷானின் மனைவியிடமிருந்து வாங்கிக் கொண்டாள் வாங் மாமி.

சவப்பெட்டி பற்றிய சிக்கல் எழுந்தது. ஷானின் மனைவியிடம் இன்னும் இரண்டு ஜோடி வெள்ளிக் காதணிகளும், தங்க முலாம் பூசிய கொண்டைஊசியும் மீதமிருந்தன. பிராஸ்பெரிட்டி விடுதி உரிமையாளரிடம் சவப்பெட்டி தயார் செய்வதற்குப் பணம் கொடுக்கவேண்டி, அடகாகக் கொடுத்து, ஒரு பாதி ரொக்கமாகவும், மீதி கடனாகவும் செலுத்தினாள். நீலத்தோளான் ஆஊ தானாகவே உதவி செய்யக் கைகளை உயர்த்தினான். வாங் மாமி அதனைப் பொருட்படுத்தியதாகத் தெரியவில்லை. ஆனால் சவப்பெட்டியை எடுத்துவருவதற்கு மட்டும் அவள் இசைவு தந்தாள். அவளைக் கிழட்டு நாய் என்று திட்டிவிட்டு, எரிச்சலோடு உதட்டைப் பிதுக்கியவாறே வெளியேறினான். வெளியே சென்று திரும்பிவந்த விடுதி உரிமையாளர், நாளைக் காலைவரை சவப்பெட்டி வருவதற்கு வாய்ப்பில்லை என்று தெரிவித்தார்.

அந்த இடைவெளியில், மற்றவர்கள், உணவை முடித்துக்கொண்டனர். பழங்காலத்திய ஊரான லூசேனில் நேரமறிந்து அவரவர் வீட்டுக்கு உறங்கச் சென்றுவிட்டனர். ஆஊ மட்டும் தூங்காமல் குடித்துக் கொண்டிருந்தான். கிழட்டு குங் எதையோ பாடிக் கொண்டிருந்தான்.

கட்டிலின் ஓரத்தில் ஷானின் மனைவி புலம்பிக் கொண்டிருந்தாள். பாவோ எர் மெத்தையில் கிடக்க, தரையில் கிடந்த நெசவுத் தறிக்கு வேலையில்லாமல் கிடந்தது. நீண்டநேரமாய் ஷானின் மனைவி அழுது புலம்பினாள். கண்ணை அகலத் திறந்து பார்த்தாள். வியப்பு மேலிட்டது. யாரும் நம்பமுடியாத கனவுபோலவே இருந்தது அவளுக்கு. இதெல்லாம் வெறும் கனவுதான் என்று நினைத்தாள். எல்லாமே கனவுதான்... 'பாவோ எர் படுக்கையில் என்னருகில் இணக்கமாகப் படுத்திருப்பான். நாளை காலையில் எழுவேன். அவனும் எழுந்து 'அம்மா' என்று அழைத்துப் புலிக்குட்டிபோலக் குதித்து விளையாடுவான்.'

கிழட்டு குங், தான் பாடிக்கொண்டிருந்ததை நிறுத்தி நெடுநேரமாகி இருந்தது. மதுபானக் கடையில் வெளிச்சம் இல்லாமல் போனது. ஷானின் மனைவி அதிர்ச்சியில் உறைந்திருந்தாள். நடந்தவற்றை அவளால் நம்ப முடியவில்லை. சேவல் கூவியது. கிழக்கு வானில் வெளிச்சம் பரவத் தொடங்கியது. வெள்ளிக்கற்றை சன்னலூடே சிவப்பாக மாறியது. மதுபான விடுதிக் கூரையின்மீது சூரியன் பிரகாசிக்கத் தொடங்கியது. அதிர்ச்சியில் இருந்த ஷாவின் மனைவி,

யாரோ கதவைத் தட்டும் ஓசை கேட்டுத் திறக்க ஓடினாள். ஒரு புதியவன் முதுகில் எதையோ சுமந்து இருக்க, அவனுக்குப் பின்னால் வாங் மாமி நின்றிருந்தாள்.

'ஓ!' சவப்பெட்டியைக் கொண்டு வந்திருக்கிறான்.

ஷானின் மனைவி தன் மகனுக்காகச் சடங்குகளையும் முடித்திருந்தாள். இறப்புச் சடங்கு நியமப்படி நேற்றுத்தான் கரன்சி நோட்டைக் கொளுத்தியிருந்தாள். இன்று காலை புத்த வழிபாட்டு மந்திர நூல்கள் நூற்றிநாற்பத்தொன்பது நூல்களையும் எரித்தாள். அவனைப் பெட்டிக்குள் வைக்கும் முன்பாக, புதிய ஆடைகளை அணிவித்தாள். தலையணையைப் பக்கத்தில் வைத்தாள். அவன் விரும்பிய பொம்மைகளை அதில் வைத்தாள். களிமண்ணால் ஆன சிறுசிறு பொம்மைகள், இரண்டு சிறிய மரக்கிண்ணங்கள், இரண்டு கண்ணாடிப் புட்டிகள் ஆகியவற்றை வைத்தாள். வாங் மாமி தன் கைவிரல்களால், அவற்றை எண்ணிப் பார்த்துக்கொண்டாள். ஒரு பொருளும் விட்டுப்போகவில்லை.

நண்பகல் வரை சவப்பெட்டி மூடப்படாமல் இருந்தது. ஷான் மனைவி இன்னும் அழுதுகொண்டிருந்தாள். பெட்டி மூடப்படுவதை அவளால் பொறுத்துகொள்ள முடியவில்லை. வாங் மாமி களைத்துப்போய் இருந்தாள்.

நீலத்தோளான், ஆஊ அன்று முழுவதும் அங்கு வரவே இல்லை. மதுபான விடுதி உரிமையாளர் சவப் பெட்டியைச் சுமக்க வாடகைக்கு இருவரை அமர்த்தியிருந்தார். ஆட்கள் ஒவ்வொருவருக்கும் இருநூற்றிப்பத்துப் பெரிய செப்புக்காசுகள் தரவேண்டியிருந்தது. இடுகாட்டிற்கு எடுத்துச் சென்று புதைத்தனர். எல்லா வகையிலும் உதவியாக இருந்தவர்களுக்கு வாங் மாமி உணவளிக்கக் கடமைப்பட்டிருந்தாள். சூரியன் சாயத் தொடங்கியிருந்தது. வந்திருந்த அனைவரும் வீடு திரும்பினர்.

மயக்கமுற்ற ஷானின் மனைவி சிறிது நேரத்திற்குப் பிறகு அமைதியானாள். உடனே ஏதோ, ஒரு அதிசயமான நிகழ்ச்சி நிகழ்ந்ததாக எண்ணினாள். ஏதோ எதிர்பார்க்காத நிகழக்கூடாத ஒன்று நடந்துவிட்டதாக உணரலானாள். அவ்வாறு எண்ணிப் பார்த்தவளுக்கு வியப்பு மேலிட்டது. அந்த விடுதி அறையில் அமைதி நிலவியது. அது அவளுக்கு வியப்பளித்தது. விளக்கை ஏற்றினாள். அமைதி இன்னும் கூடியது. தடுமாறிக்கொண்டே கதவைத் தேடி மூடிவிட்டுத் திரும்பி வந்து கட்டிலில் வந்து அமர்ந்தாள். நெசவுத்தறி வேலை இன்றி அமைதியாகவே கிடந்தது. சுற்றி எங்கும் நோட்டம்விட்டாள். அவளால் அமரவோ, நிற்கவோ முடியாமல் இருந்தது. அந்த அறையை மீண்டும் அமைதி ஆட்கொண்டிருந்தது.

அந்த அறை சற்றே பெரிதாகத் தோன்றியது. அங்கு இருந்த பொருள்கள் அவள் பார்வைக்கு வெறுமையாகத் தோன்றின. சுற்றிலும் நிலவியிருந்த வெறுமை அவளை மூச்சுவிட இயலாதவாறு தொல்லைக்குள்ளாக்கியிருந்தது.

உண்மையில் பாவோ எர், இறந்துவிட்டதாக உணரத்தலைப்பட்டாள். அந்த அறையைப் பார்க்கவும் விரும்பவில்லை. விளக்கை அணைத்துவிட்டுப் படுக்கையில் அழுதவாறே சிந்திக்கத் தொடங்கினாள். அவளுக்கு நினைவு வந்தது. தான் தறியில் நூற்கும்போது அவன் எப்படி அமர்ந்துகொண்டு சீரகம் கலந்த பட்டாணிக் கடலையைக் கொறித்துக்கொண்டு அமைதியாய் அமர்ந்திருப்பான். கருவிழிகளோடு அவன், அவளைப் பார்த்து, 'அம்மா' என்று அழைப்பான்; அப்பா செய்த வேலையைத் தான் வளர்ந்து பெரியவனானதும் கைநிறையச் சம்பாதித்து அவற்றை உன்னிடம் தருவேன்' என்று சொன்னவையெல்லாம் நினைவுக்கு வந்தன. அந்த நேரங்களில் எல்லாம், நூல் நூற்கும் ஒவ்வொரு சமயமும் வாழ்க்கை அர்த்தமுள்ளதாகி உயிர்ப்புள்ளதாயும் இருந்திருக்கின்றன. ஆனால் இப்போது? அவள் நிகழ்காலத்தை ஒரு பொருட்டாக நினைக்கவில்லை. உண்மையில் அவள் ஒரு வெகுளி. இறந்தவர் மறுபடியும் ஒரு வரமுடியாது என்பது அவளுக்குத் தெரியும்... பெருமூச்சுடன் அவள் கூறினாள்: 'பாவோ எர், நீ இன்னும் இங்குதான் இருக்கிறாய். உன்னைக் கனவில் நான் காணுவேன்" என்றாள். அதற்காகவே அவள் படுக்கையில் படுத்துக் கண்களை மூடிக்கொண்டு அவனை அதில் காண விரும்பினாள்.

அந்த அறையில் அவளது பெருமூச்சு, அமைதியான சூழலில் தெளிவாகக் கேட்டது.

சிவந்த மூக்கன் குங் பாடிய கிராமியப் பாடல் ஓய்ந்திருந்தது. மதுபானக் கடையில் தடுமாறிக்கொண்டே போதையில் விடுதிக்கு வெளியே உரத்த குரலில் மீண்டும் பாடினான் அந்தப் பாடலின் தொடக்கம்,

"அன்பே தனிமையில் உள்ளாய் இரக்கப்படுகிறேன் உனக்காக"

நீலத்தோளான் ஆஊ, கிழட்டுக் குங்கின் தோளைப்பற்றி இழுத்தான். மது அருந்திய கையோடு தள்ளாடியவாறே இருவரும் சென்றனர்.

ஷாவின் மனைவி உறங்கினாள். கிழட்டுக் குங்கும் மற்றும் சிலரும் வெளியேறியபின் மதுபானக் கடை மூடப்பட்டது. லூச்சேன் சிற்றூர் அமைதியில் உறைந்தது. அடுத்த நாள் விடியலுக்காக இரவுப்பொழுது அமைதியாகப் பயணப்பட்டுக் கொண்டிருந்தது. இருளினூடே, மறைந்திருந்த சில நாய்கள் குரைத்தவாறே இருந்தன.

விசித்திரத் திருமணம்

லீ ஃபூ யென்

வெய் கூ, தனக்கு மனைவியாக வருபவள் நல்லவளாக இருக்க வேண்டும் என்ற எண்ணத்தில் இதுவரை தோல்வியே கண்டுவந்தான். அப்படிப்பட்ட பெண்ணைத் தேடிக்கொண்டு இருந்தான். ஒரு நாள் ட்ஷிங்கோவிற்குப் பயணமாகிக் கொண்டிருக்கையில், வடக்குப்புற வாயிலின் வெளியே ஒரு விடுதியைப் பார்த்ததும் நின்றுவிட்டான். யாரோ ஒருவர், பான் குடும்பத்தைச் சேர்ந்த ஒரு சகோதரி அவனுக்குப் பொருத்தமாக இருக்கும் என்ற தகவலை யோசனையாகச் சொன்னார். அப்படிக் கூறியவர், நாளைக் காலையில் லங்ஷிங்கோயிலருகே தம்மைச் சந்திக்க நேரம் குறித்தார். தனக்கு வரவிருப்பவள் பணமும், அழகும் நிறைந்தவளாக இருப்பாள் என்று எண்ணிக்கொண்ட அவன், பெரும் மகிழ்ச்சியுற்றான்; தூக்கம் தொலைத்தான்.

அன்றைய தினம் காலையில் சீக்கிரம் எழுந்துவிட்டான். அந்த நபர் சொன்னவாறே, குளித்துவிட்டு ஆடை அணிந்துகொண்டு புறப்பட்டான். வானம் வெளிறியிருந்தது. பிறைநிலவு ஒளிர்ந்தது. கருக்கல் நேரம். இன்னும் இருள் பிரியாத வானம் அமைதியாக இருந்தது. அந்த வெளிறிய நிலவு வெளிச்சத்தில் ஒரு முதியவர் கோயில் படியில் அமர்ந்திருந்தார். கையில் புத்தகத்தை வைத்துப் படித்துக் கொண்டிருப்பதை வெய் கூ கண்டான். அவருக்கு அருகில் பை ஒன்று தரையில் கிடந்தது.

அந்த நேரத்திலும்கூட அந்த முதியவர் படிப்பதைப் பார்த்து, அவர் என்ன படிக்கிறார் என்று அறிந்துகொள்ளும் ஆவலில் அதனை ஆராயத் தொடங்கினான். ஆனால் அவர் படிப்பது என்னவென்று தெரிந்துகொள்ள முடியவில்லை. தொன்மையான மிகவும்

பழமை வாய்ந்த எழுத்துக்கள் பலவற்றை அவன் அறிந்திருந்தாலும் சமஸ்கிருதம் உட்பட, அவன் அறிவானாயினும் அவர் படிப்பதில் என்ன எழுதப்பட்டிருக்கிறது என்பதை அவன் அறியாதிருந்தான்.

"அங்கிள், தாங்கள் என்ன படித்துக்கொண்டிருக்கிறீர்கள் என்பதை நான் அறிந்துகொள்ளலாமா? இந்த உலகில் எந்த ஒன்றையும், நான் அறிந்துகொண்டிருப்பதாய் எண்ணியிருந்தேன். ஆனால் இந்த எழுத்தை ஒருபோதும் பார்த்ததே இல்லை."

அந்த முதியவர், சிரித்தவாறே பதிலளித்தார். "நிச்சயமாக நீ பார்த்திருக்கமாட்டாய். உனக்குத் தெரிந்த மொழியில் அது எழுதப்பட்டிருக்கவில்லை."

"பிறகு, அது என்ன?"

"நீ அழியக்கூடிய பிறவி. இந்தப் புத்தகம் ஆவி உலகத்தோடு சம்பந்தப்பட்டது."

"சரி, நீங்கள் ஒரு ஆவி; அப்படியானால் இங்கே என்ன செய்துகொண்டிருக்கிறீர்கள்?"

"நான் ஏன் இங்கே இருக்கக்கூடாது? குறிப்பிட்ட நேரத்திற்கு முன்பே நீ இங்கு வந்துவிட்டாய். இரவுக்கும் பகலுக்கும் இடைப்பட்ட நேரத்தில் நீ இங்கு வந்திருக்கிறாய். இந்த நேரத்தின் பாதி வெளியுலக வழிப்போக்கிறகானது. மீதி ஆவிகளுக்கானது. நீ அதனை வேறுபடுத்திக் காண இயலாது. நான் இப்போது மனிதர்களின் செயற்பாடுகளைக் கவனிக்க இங்கு வந்துள்ளேன். இரவு நேரங்களில் இப்படி மனிதர்களை, அவர்களின் முகவரிகளை ஆராய்வது செய்வது எனது வேலை.

"அப்படியானால் என்ன வேலை அது?"

"திருமணம் தொடர்பானது"

இதனைக் கேட்டதும் வெய் கூவிற்கு மகிழ்ச்சியும் விருப்பமும் கூடியது. "தாங்கள் என்னை மன்னியுங்கள். நான் கலந்து ஆலோசிக்கவேண்டியது தங்களைத்தான். எனக்குப் பொருத்தமான மனைவியைத் தேடியலைவதில் தோல்வியையே தழுவுகிறேன். இந்த இடத்திற்கு வரும்படி ஒருவர் கூறினார். அதாவது, பான் குடும்பத்தைச் சேர்ந்த அழகிய ஒருத்தி, தூய்மையானவள் என்று அவளைப்பற்றிக் கூறி, ஒருவர் தன்னைச் சந்திக்கும்படி சொன்னதன் பேரில் இங்கு வந்தேன். இந்த விஷயத்தில் நான் நினைத்தது நடக்குமா? என் எண்ணம் நிறைவேறுமா? சொல்லுங்களேன்."

"உன் பெயரும் முகவரியும் என்ன" என்று அந்த முதியவர் கேட்டார்.

தன்னைப் பற்றிய விவரங்களை வெய் கூ சொன்னான்.

அந்த முதியவர் தாம் கையில் வைத்திருந்த புத்தகத்தில் ஒரு நோட்டம்விட்டு அவனைப் பார்த்துச் சொன்னார். "எனக்கு ஒரு அச்சமும் கிடையாது. உனக்கே தெரியும். திருமணம் சொர்க்கத்தில் நிச்சயிக்கப்படுகிறது என்று. இந்தப் புத்தகத்தில் அதுபற்றி எல்லாம் எழுதப்பட்டிருக்கின்றன. உனக்கு மனைவியாக வரக்கூடியவளுக்கு இப்போதுதான் மூன்று வயது. அவளுக்கு வயது பதினேழு ஆனதும் நீ அவளை மணந்துகொள்வாய். கவலைப்படாதே..."

"இன்னும் பதினான்கு வருடங்களுக்கு நான் திருமணமாகாமலேயே இருக்கணும். இல்லையா? நீங்க சொல்வது அதைத்தானே!"

"அதுதான் நியதி. அவ்வாறுதான் விதிக்கப்பட்டிருக்கிறது."

"அந்த பான் குடும்பத்துப் பெண் எனக்குப் பொருத்தமாகமாட்டாளா?"

"ஆமாம். நீ சொல்வதுதான் சரி."

அவர் சொன்னதை நம்புவதா வேண்டாமா என்று வெய் கூவிற்குத் தெரியவில்லை. ஆனால், அந்த முதியவரைப் பார்த்துக் கேட்டான். "அந்தப் பையில் என்ன இருக்கிறது?"

"சிவப்புப் பட்டுக்கயிறுகள்" என்று சொல்லிய அந்த முதியவரின் முகத்தில் புன்முறுவல் தோன்றியது. "இதுதான் என் வேலை. இந்தக் கயிறு இருக்கிறதே, வெவ்வேறான இணைகளைப் பொருத்துவதற்கான குறிப்பு இந்தப் புத்தகத்தில் உள்ளது. அதன்படி ஆணும் பெண்ணும் பிறக்கும்போதே கணவன் மனைவியாக விதிக்கப்பட்டிருப்பதால், அவர்களது காலடிகளில் இந்தக் கயிற்றை ஒன்றாகப் பிணைத்துக் கட்டுவதற்காகத்தான் இங்கு இரவில் நான் சுற்றிவருகிறேன். அது பாதுகாப்பாக இறுகும்படி நான் இணைத்து முடிச்சுப்போட்டுவிட்டால் அவர்களை எதுவும் பிரிக்கமுடியாது. அவர்களில் ஒருவர் ஏழையாகவோ அன்றிப் பணக்காரராகவோ இருக்கலாம்; அல்லது அவர்கள் தொலைதூரத்தே இருக்கலாம் அல்லது இருவரும் உறவினராகவும் இருக்கலாம். ஆனால் இறுதியில், அவர்கள் கணவன் மனைவியாக ஆகிவிடுவர். அதைப் பற்றி வேறொன்றும் சொல்வதற்கில்லை.

"நீங்கள் அதுமாதிரி எனக்குக் கட்டுவீர்கள். இல்லையா?"

"அப்படித்தான் நினைக்கிறேன், ஆமாம் அப்படித்தான்."

"எனக்கு விதிக்கப்பட்ட அந்த மூன்று வயதுக் குழந்தை இப்போது எங்கே இருக்கிறது? சொல்லுங்கள்..."

"சந்தையில் காய்கறி விற்கும் ஒருத்தியிடம் அக்குழந்தை இருக்கிறது. அவர்கள் இங்கிருந்து வெகுதூரத்தில் இல்லை. காலை நேரங்களில் அவள் சந்தைக்கு வருவாள். உனக்கு விருப்பம் இருந்தால் சொல். விடியற்காலத்தே என் பின்னால் வருவாயானால் அவளை உனக்குச் சுட்டிக்காட்டுவேன்."

காலை நேரம் முன்னதாகவே விடிந்துவிட்டிருந்தது. அந்த மனிதன் தன்னைச் சந்திக்க வரும்படி சொன்னபடி வரத் தவறினான்.

"அந்த மனிதனுக்காகக் காத்திருப்பது வீண்" என்றார் முதியவர்.

சிலநேரம் அவ்விருவரும் உரையாடினர். முதியவரோடு உரையாடியது அவனுக்குப் பிடித்திருந்தது. இந்த வேலையைப் பெரிதும் விரும்புவதாக அவனிடம் முதியவர் தெரிவித்துக்கொண்டார். இது ஒரு புதுமையான கடந்துசெல்லல்தான் போலும்! எப்படிப்பட்ட செயலைச் செய்துவருகிறது இந்தச் சின்னபட்டுக்கயிறு! பையனும் பெண்ணும் வளர்ந்துவருவதையும், வீட்டிலோ அல்லது வெளியிலோ காதலில் கட்டுண்டநிலையில் அவர்கள் ஒருவரை ஒருவர் சந்திப்பதையும், ஒருவரை ஒருவர் விழுந்து விழுந்து காதலிப்பதையும் அதற்குத் தாங்களே உதவ முடியாது என்பதனை அவர்கள் அறிவார்கள். பையனோ, பெண்ணோ இடையில் வந்தால் கயிற்றால் அவன் தடுமாறி முடிச்சு இறுகித் தற்கொலைக்கும் ஆளாகிவிடுவான். அடிக்கடி இதனை நான் கண்டிருக்கிறேன்.

சந்தை சிறிது தூரத்தில்தான் இருந்தது. மக்கள் நடமாட்டம் மிகுதியாக இருந்தது. "என்னைப் பின்தொடர்ந்து வா' என்று குறிப்புக் காட்டிவிட்டுப் பையை எடுத்துக்கொண்டு அந்த இடத்தை விட்டு எழுந்தார்.

சந்தையை அவர்கள் அடைந்ததும், தளர்ந்துபோய் அழுக்குப்படிந்த அந்த மூதாட்டி காய்கறி விற்றுக்கொண்டிருப்பதை முதியவர், வெய்கூவிற்குச் சுட்டிக்காட்டினார். அவளது மார்பில் குழந்தை இருந்தது. நிழற்படமாக அந்த மூதாட்டியின் கண்கள் சில கணங்களில் மறைந்தன. சரியாகப் பார்ப்பது அரிதாய்ப் போனது.

"அதோ, அங்கே அவள் அக்குழந்தை. அதுதான் உன் மனைவி" என்றார். அதைக்கேட்ட வெய் கூ உரத்துப் பழித்துரைத்தான். "நீங்க என்ன சொல்றீங்க, என்னோட விளையாடுறீங்களா?" என்று கூறிவிட்டு அவரைக் கோபத்தோடு பார்த்தான். "இல்லை, அக்குழந்தை அதிர்ஷ்டமான நட்சத்திரத்தில் பிறந்திருக்கிறது என்று உறுதியாகச் சொல்வேன். அவள் உங்களைத் திருமணம் செய்துகொண்டு வசதியுடன் வாழ்வாள். அவளுக்குப் பிறக்கப் போகும் மகனால், அவள் உயர்ந்த மதிப்பினைப் பெறுவாள்."

எலும்பும் தோலுமாயிருந்த அந்த ஆதரவற்ற குழந்தையைப் பார்த்து மனம் வெறுத்து நோக்கினான். அந்த முதியவர் சொன்ன வார்த்தைகளைக் கேட்டு அவரோடு வம்பு செய்ய நினைத்தான். அவரைத் திரும்பிப் பார்க்கையில் அவன் பார்வையிலிருந்து மறைந்துபோயிருந்தார். வீட்டுக்கு தனியாகச் சென்ற வெய் கூ, அந்த முதியவர் கூறியதைக் கேட்டபின், ஏமாற்றம் அடைந்ததோடு அவர் சொன்னதை நம்புவதா

வேண்டாமா என்ற சிந்தனையில் எந்த ஒரு முடிவும் எடுக்கமுடியாமல் இருந்தான். தான் அறிவுமிக்கவன் என்று தனக்குள் எண்ணிக்கொண்ட அவன், நல்ல குடும்பத்தில் இருந்து ஒரு பெண்ணை மணம்புரிவதில் தோல்வியடைந்திருந்தாலும், வேறுவழியின்றி நாடக உலகின் நட்சத்திரம் ஒருத்தியைத் திருமணம் செய்துகொள்ள வேண்டியதுதான். அதைப்பற்றி அதிகம் சிந்திக்கலானான். அதைக்காட்டிலும், அக்குழந்தையை மணக்கும் எண்ணத்தை நினைக்கவும் அவனுக்கு அந்த இரவு நேரம் தூக்கம் இன்றிக் கழிந்தது.

அடுத்த நாள், அவன் ஒரு வேலையாளை உடன் அழைத்துக்கொண்டு சந்தையை நோக்கிச் சென்றான். கத்தியால் குழந்தையைக் குத்திக் கொன்றுவிட்டால், வேலைக்காரனுக்குப் பெரும் பரிசு தருவதாக வெய் கூ வாக்களித்தான். குழந்தையைத் தாங்கியவாறு காய்கறிவிற்கும் அந்தப் பெண்ணைக் கண்டனர். தக்க சமயம் வாய்த்த தருணத்தில் வேலைக்காரன், கத்தியால் குழந்தையைக் குத்திவிட்டு ஓடிவிட்டான். குழந்தை அழுதது. அந்தப் பெண் "திருடன் திருடன்" என்று கூவினாள். சந்தையில் பெருங்குழப்பம். வெய்கூவும், வேலைக்காரனும் தப்பித்துச் சென்றுவிட்டனர்.

வெய் கூ வேலைக்காரனைப் பார்த்துக் கேட்டான். "அந்தக் குழந்தையைக் கொன்றுவிட்டாயா?"

"இல்லை." என்று பதில் சொன்ன வேலைக்காரன், "நான் கத்தியால் குத்த இருந்தபோது, அது திடீரென்று திரும்பிவிட்டது. இமைக்கருகில் முகத்தைச் சிராய்த்துச் சென்றது கத்தி. அவ்வளவுதான்" என்றான்.

நகரத்தைவிட்டு விரைவாக வெய் கூ வேறெங்கோ சென்றான். இறுதியாக, திருமணம்பற்றிய எண்ணத்தை தற்காலிகமாகக் கைவிட்டான். மூன்று ஆண்டுகளுக்குப் பின், சமுதாயத்தில் பிரபலமான டான் குடும்பத்திலிருந்து தமக்கு உகந்த பெண்ணை மணக்க நினைக்கலானான். அதில் வெற்றி காணவும் முனைந்தான். அவள் நன்கு படித்தவள்; அழகுக்குப் பெயர் போனவளும்கூட. அவன் அவ்வாறு தேர்ந்தெடுத்தமைக்காக அவனை வாழ்த்தினார்கள். திருமண ஏற்பாடுகள் தீவிரமாயின. அது நடந்தேற இருந்த தருணத்தில், ஒரு காலைப்பொழுதில் அந்தப் பெண் ஏற்கெனவே ஒருவனைக் காதலித்திருந்தாள். மனமுடைந்த அவள் தற்கொலை செய்துகொண்டாள்.

இரண்டு வருடங்களாக, வெய் கூவிடத்தில் திருமணம் பற்றிய பேச்சே இல்லை. அவன் முன்பே இருபத்தெட்டு வயதை முடித்திருந்தான். தன் சமூகத்திலிருந்து ஒருத்தியை மணப்பது என்ற சிந்தனை அவனிடம் முகிழ்த்தது. ஒரு நாள் நகர்ப்புறத்திலிருந்த கோயில் ஒன்றில் அவன் நின்றுகொண்டிருந்தபோது, விவசாயியின் மகளைக் கண்டு காதல்

இராம.குருநாதன்

கொண்டான். அவளும் அவனைக் கண்மூடித்தனமாகக் காதலிக்கத் தொடங்கினாள். அவர்களின் திருமணத்திற்காக அவளுக்குப் பட்டாடையும், சில நகைகளும் வாங்குவதற்காகத் தலைநகருக்குச் சென்றான். திரும்பி வந்தபோது, திருமணத்திற்கு நிச்சயிக்கப்பட்ட அந்தப் பெண் நோயினால் தாக்கப் பட்டிருப்பதை அறிந்தான். அவன் அவளுக்காகக் காத்திருப்பதை விரும்பியபோதும், அவள் நோயின் கடுமையால் ஒரு வருடத்திற்குப் பின் இரு கண்களையும் இழந்திருந்தாள்; முடியும் கொட்டிப்போனது. தன்னை மணக்கவேண்டாம் என்றும், தன்னை மறந்துவிடும்படியும் கேட்டுக்கொண்டதோடு, ஒரு நல்ல பெண்ணைத் திருமணம் புரிந்துகொள்ளச் சொன்னாள்.

அவனுக்குப் பொருத்தமான பெண் கிடைப்பதில் சில காலங்கள் கழிந்துபோயின. ஒரு பெண் மிகுந்த அழகுள்ளவளாகவும், இளமையோடும் புத்தகம் படிப்பதில் ஆர்வங்கொண்டவளாகவும், கலையிலும் இசையிலும் நாட்டங்கொண்டவளாகவும் இருந்தாள். அவர்கள் திருமணம் செய்துகொள்ள யாரும் தடையாய் இருந்ததில்லை. போட்டியும் இல்லை. திருமணம் செய்துகொள்வதென முடிவானது. திருமண நிகழ்வு நடக்க இருந்த மூன்று நாள்களுக்கு முன்னர், அவள் நடைத்தளத்தில் நடந்து வந்தபோது தடுமாறிக் கீழே விழுந்து இறந்துபோனாள். விதி அவனை எண்ணிச் சிரிப்பதுபோலானது. அவனும் விதியே என்று இருந்துவிட்டான்.

பெண் பார்க்கும் படலத்தைச் சிறிதுகாலம் மறந்திருந்தான். சியாங்சென்ங் சென்று பணியில் அமர்ந்தான். தன் கடமையைத் திறம்படச் செய்துவந்தான். திருமணம் பற்றிய சிந்தனையே அவனுள் எழவில்லை. அவன் வேலைசெய்யும் திறமையைக் கண்டு வியந்த மாஜிஸ்ட்ரேட் வாங்க் தை, தம்முடைய தமக்கையை அவனுக்கு மணமுடிக்க எண்ணியிருந்தார். அது தனக்கு வலி தருவதுபோலவே வெய் கூ உணர்ந்தான். அவரிடம் இதுபற்றிக் கேட்டான். “நீங்க ஏன் உங்கள் தமக்கையை எனக்குத் திருமணம் செய்து கொடுக்க விரும்புறீங்க? எனக்குத்தான் வயசாகிவிட்டதே!” அவனுக்கு ஆர்வமில்லை யென்றாலும், மாஜிஸ்ட்ரேட் கொடுத்த அழுத்தம் காரணமாக, அவன் ஒத்துக்கொள்ள நேர்ந்தது. அவன் தனக்கு வரவிருக்கும் அவளைப் பார்க்கவும் இல்லை. ஆனால், அவளோ இளம் வயதினள். அவனுக்கு அதில் ஒரு மனநிறைவு. அத்துடன் அவள் அவனுக்கு ஏற்றவளாகவும் இருந்தாள். நல்ல மனைவியும் ஆனாள்.

அவள் தனது கூந்தலை வலதுபக்கம் இருக்கும் காதோரமாய்த் தொங்கவிடுவது வழக்கம். அது அழகுடன் இருப்பதாக அவன் எண்ணி வியந்தான். சிலமாதங்களுக்குப் பிறகு, அவளிடம் நெருக்கமாகத் தன் அன்பினை வெளிப்படுத்திய அவன், அவளைப் பார்த்து ஒரு

நாள் கேட்டான். "நீ உன் கூந்தலை ஒரு பக்கமாகவே தொங்க விட்டுக்கொள்கிறாயே, ஏன்?"

கூந்தலைச் சற்றுத் தூக்கிவிட்டவாறு அவள் கூறினாள். "பார், என்று சொல்லிவிட்டு, காதோரம் இருந்த ஒரு வடுவை அவனிடம் காண்பித்தாள்.

"எனக்கு மூன்று வயது இருக்கும்போது ஏற்பட்டது இந்த வடு. என் அப்பா அலுவலகத்தில் இறந்துபோனார். என் அம்மாவும், அண்ணனும் அதே ஆண்டில் இறந்துபோனார்கள். ஒரு ஆயா என்னைப் பேணி வளர்த்தாள். ஷங் சென்னின் தெற்குப்புற வாயில் அருகே, எங்களுக்கு ஒரு வீடு இருந்துச்சு. அங்கேதான் அப்பாவின் அலுவலகம் இருந்துச்சு. ஆயா காய்கறிகளைப் பயிரிட்டு அவற்றைச் சந்தையில் விற்றுவருவாள். எந்தக் காரணமுமில்லாமல், ஒரு நாள் திருடன் ஒருவன் என்னைக் கத்தியால் குத்த வந்தான். எங்களுக்கு எதுவும் புரியவில்லை. எங்களுக்குப் பகை என்று யாரும் கிடையாது. அவன் அந்தச் செயலில் வெற்றிபெறவில்லை. எனது நெற்றியின் வலதுபுறத்தில் மட்டும் நீங்காத வடு உண்டானது. அதை மறைக்கவே ஒரு பக்கமாகக் கூந்தலைத் தொங்கவிடுவதை வழக்கமாகக் கொண்டுள்ளேன்" என்றாள்.

"அந்த ஆயா கண் இல்லாதவளா?" என்று அவன் கேட்டான்.

"ஆமாம், அது உங்களுக்கு எப்படித் தெரியும்?"

"நான்தான் அந்தத் திருடன். அது விநோதமாக இருக்குதே. விதிப்படிதான் எதுவும் நடக்கும்போல!"

"பதினான்கு வருடங்களுக்குமுன் முதியவரைச் சந்தித்த கதையை அவளிடம் கூறினான். அவள் வயது ஆறு அல்லது ஏழு இருந்தபோது அவளுடைய சித்தப்பா ஷாங்சென்னில் அவளைக் கண்டுபிடித்து தன் குடும்பத்தோடு வசிக்கச் செய்தார். அங்குதான் வெய் கூ அவளைக் கண்டுபிடித்தார்.

திருமணம் சொர்க்கத்தில் தீர்மானிக்கப்படுகிறது. அவர்கள் ஒருவரை ஒருவர் நேசித்தனர். அவர்களுக்கு ஆண் குழந்தை ஒன்று பிறந்தது. குன் என்று பெயரிட்டார்கள். அவனும் வளர்ந்து தைவானின் மாஜிஸ்ட்ரேட் ஆனான். மகனால் அவள் மதிப்பும் மரியாதையும் பெற்றாள். நகரில் என்ன நடக்கிறது என்று தெரிய வந்தபோது, வெய் கூ திருமண விடுதியில் நின்றிருந்த அந்தக் காலகட்டத்தை எண்ணிப் பார்த்த காரணத்தால் அந்தத் திருமண விடுதிக்கு அவன் பெயரையே வைத்தார் மாஜிஸ்ட்ரேட்.

எருதும் எசமானனும்

லீ ரூயீ

ஹூவாங்க்பாவோவை (எருதின் பெயர்) அதன் முகத்தைத் தட்டிக் கொடுத்துவிட்டுச் சொன்னான்: ஹாங்பாவோ, "கவலைப்படாதே ஹூவாங்க்பாவோ! யாருக்கும் தெரியாம மறைஞ்சிருந்தா ஒரு பயலுவ கண்ணிலேயும் நாம மாட்டமாட்டோம். அந்தப் பயல்களின் கனவிலேகூட நம்மள யாரும் கண்டுக்கமுடியாது. நம்மளைத் தேடி அவர்கள் எத்தனை பிரயத்தனம் பண்ணினாலும் நம்மள அடையாளம் காணமுடியாது. எத்தனை காவலர்களை அனுப்பித் தேடினாலும் நாம அவர்கள் கண்ணில் படமாட்டோம்."

இதற்கு ஹூவாங்க்பாவோ பதில் எதுவும் பேசாமல் மௌனம் சாதித்தது. தன் பெரிய கண்களால் எசமானனைப் பார்த்தது.

ஹாங்பாவோ கண்ணீர் வடிக்கலானான். தான் பாதுகாப்போடு அழைத்துவந்த மாட்டை ஆறுதல்படுத்த அதனை நோக்கிக்கூறினான். "இதோ பார். நீ பயப்படுவது எனக்குத் தெரியுது. அவர்கள் ஒருபோதும் நம்மைக் கண்டுகொள்ள முடியாது என்பதை உன்னிடம் சொல்கிறேன். நீ எதற்காகப் பயப்படுகிறாய் என்று எனக்குத் தெரியலே. நமக்குத் தேவையானதை நான் எடுத்து வந்திருக்கிறேன். அரிசி, மாவு, பானை, கரண்டி, பக்கெட், அரிவாள், போர்வை, விளக்கு உள்பட அனைத்தையும் கொண்டுவந்திருக்கிறேன். உப்பும்கூட அதில் சேர்த்தி. ஒரு கோடைக்காலம் முழுமைக்கும் இது போதும்னு நினைக்கிறேன். கவலையை விட்டுடு"

ஒரு குகை தென்படவும், அந்த இடம் தங்குவதற்கு ஏற்றதாக இருந்தது. "நாம இங்கே புகைமூட்டம் போட்டு, நோய் எதுவும் அண்டாமல் நம்மைப் பாதுகாத்துக் கொள்ளலாம். இந்த இடம்

ஒரு விருந்தினர் இல்லத்தைப் போல நல்லாத்தான் இருக்கு. இதுக்கு மேல என்ன வேணும்? இதுக்குப் போய் ஏன் நீ அலட்டிக்கிறே. நிஜமாவே நீ கவலைப்பட்டால், இந்தக் குகையின் வாயிலை மூடிடுவோம். இலையுதிர் காலத்தையும் குளிர்காலத்தைகூட இங்கேயே கழிச்சுடலாம். இங்கேயே தங்கிடுவோம். சொந்த இடத்துக்கும் இப்பப் போகப்போறதில்லே.

ஹூவாங்க்பாவோ மௌனமாக இருந்தாலும், ஒருவித வலியுணர்வோடு எசமானனைப் பார்த்தது. அவனும் தன்னைக் கட்டுப்படுத்திக்கொள்ளமுடியாமல், முகத்தில் வழிந்த கண்ணீரைத் துடைத்துக் கொண்டான்.

"உன்னை ஒருபோதும் படுகுழியில் தள்ளிவிடுவதைப் பார்க்கப் பொறேன். எருதுகளை அவர்கள் புதைக்கிறார்களா என்று எனக்குத் தெரியவில்லை. எந்தப் பயலும் அப்படி ஒரு ஆணையிடமாட்டான். ஏன் அவர்கள் எல்லா எருதுகளையும் ஒழிக்கச் சொல்கிறார்கள்? அவைகளுக்குக் குளம்புகளும் இல்லை; உதட்டு நோவும் இல்லையே! சில எருதுகளுக்கு அவை இருக்குது என்பதற்காகக் கிராமத்தில் உள்ள எல்லா எருதுகளையும் அழித்தொழிக்கப் பார்க்கிறார்களே, இது நியாயமா? அவற்றைப் புதைத்துவிட்டு எலுமிச்சைச் செடியை நட்டு வைக்கிறார்களே! ஜப்பானியர்களின் செயலைவிடக் கொடிய செயலாக அல்லவா இது இருக்குது. 'ஜப்பானியர்கள் எரியூட்டியும், கொன்றும், புதைத்தும்விட்டதாய்' என்னிடம் ஒருதடவ என் தாத்தா சொல்லியிருக்கிறார். அவர்கள் கொடியவர்கள்; உயிரிரக்கம் அற்றவர்கள். எருதுகளை ஒன்றுவிடாமல் சூறையாடுபவர்கள். அவர் இன்று நடக்கும் காட்சியைக் கண்டதில்லை. யாராச்சும் நோயிலே விழுந்தா, நீங்க பணம் செலவழிச்சு நோயைக் குணப்படுத்திவிடுகிறீர்கள். யாரேனும் நுரையீரல் மூச்சு அழற்சி வந்துவிட்ட காரணத்தால் அவற்றைக் கொன்றுவிடமுடியுமா? எருதுகளுக்கு நோவுன்னு வந்துட்டா அதனை அழித்துவிடுவது என்ன நியாயம்? வயிற்றில் கன்று ஒன்று வளர்கிறது. இரு உயிர்கள்! எந்தக் காரணமும் இல்லாமல் தாயையும் சேயையும் பிரிச்சிடுவதா? மேலும் நாம நல்லாவே இருக்கோம். நம்மீது எந்த ஒரு குத்தமும் சொல்லமுடியாது.

ஹூவாங்க்பாவோ கண்ணீர்விட்டு அழுவதைப் பார்த்து, ஹாங்பாவோ அதன் முகத்தை மார்போடு அணைத்துக்கொண்டான். இதமான சூடும் பழக்கப்பட்ட வாசமும் அதன்மீது படர்ந்திருந்தது. ஹாங்பாவோ அழுகையை நிறுத்தவில்லை. அவன் அதன் முகத்தைத் தன் கைகளில் தாங்கியபடி சொன்னான்:

"ஹூவாங்க்பாவோ! கவலைப்படாதே! நாம வாழ்ந்தா ஒண்ணா வாழ்வோம். இல்லேன்னா ஒண்ணா சாவோம். என்னை மட்டுமே குழியில் புதைத்துவிட்டு எலுமிச்சை நீர் தெளித்தாலும், லூவான்யூ

நீரோடை அவர்களது கொலைக்களமாகிவிட்டது. நாம ஒருபோதும் வீட்டுக்குப் போகப்போறதில்லே. நாம இங்கேயே இருப்போம். இங்கேயே நீ கன்னுக்குட்டியப் பெத்துக்கலாம். நாம ஒருபோதும் இந்தப் பரந்து கிடக்கும் இடத்தப் பயன்படுத்தி சாகுபடி செய்வோம். நாம இங்கேயே காலத்தைக் கழித்துவிட்டு இங்கேயே உயிரை விட்டுடலாம்"

புகை மூட்டம் போட்ட அந்தக் குகையிலிருந்து வந்த வாசம் நீடித்தது. குகையின் நுழைவாயில் வழி நீலநிற மேகம் அமைதியாக நிலைகொண்டது. இந்த நீலநிறம் உனக்கு மயக்கமூட்டும். மஞ்சள் நிற நிலப் பரப்பு குகையின் ஒரு பகுதி சிதைந்து குகையின் பெரும்பகுதியை மூடியது. குனிந்தபடிதான் குகையின் இன்னொரு புறம் வரவேண்டியிருந்தது. குகையின் முன்புறம் ஓக்ஸ், பாப்லர், ஹிக்கோரி, மரம் ஆகியன வளர்ந்திருந்தன. அவற்றின் அடியில் அடர்த்தியான புற்கள் குகையை மறைத்தவண்ணம் கண்ணுக்குத் தெரியாதபடி இருந்தன.

பண்ணை வீட்டின் முற்றவெளியாய் ஒரு காலத்தில் இருந்த அப்பகுதி கண்ணுக்குத் தெரியாதவாறு இருந்தது. அங்கு அவ்விருவரும் நடந்துசெல்ல ஒரு வழியை உருவாக்கிக்கொண்டனர். புற்களும் மிதிபட்டு மிதிபட்டுச் சிதைந்து வெளிறி இருந்தன. சூரிய ஒளியில் அவை வெண்ணிறமாக ஒளிர்ந்தன. பூச்சி ஒன்று கிளையிலிருந்து எழுப்பிய ஒலி மலையிலும், பள்ளத்தாக்கிலும் நிலவிய அமைதியைக் குலைத்தது. உடனே வெயிலின் உக்கிரமான பகலை அதன் மெல்லிய ஒலி உடைத்தது.

தனித்துவிடப்பட்ட இந்தக் கிராமம்தான் க்யூலிபான் என்று ஒருமுறை ஹாங்பாவோவின் தாத்தா சொல்லியிருந்தார். அதன் பரப்பு ஏழரை லீ தொலைவு இருக்கும். ஐந்தாறு குடும்பங்கள் வசித்த இடமாகவும் அது இருந்துள்ளது. அதன் முற்றவெளியில் ஒரு காலத்தில் அவனுடைய தாத்தாவும் கொள்ளுத்தாத்தாவும் வசித்திருக்கிறார்கள். ஊரென்பிங்கிலிருந்து இங்கு வர வடக்கு நோக்கி இருபது லீ தொலைவு நடக்கவேண்டிவரும். லாவோலின் வாய்க்காலின் குறுக்கே, பெரிய மலைச்சரிவின் தெற்குப்புற விளிம்பு நோக்கியும், ஏழரை லீ தொலைவு மலைமீதேறியும், அதன்பிறகு ஒரு வாய்க்காலின் குறுக்காகவும் இந்த இடத்திற்கு வரவேண்டும். இந்த இடம் முற்றிலுமாக அழித்தொழிக்கப்பட்டுவிட்டது.

அறுபது எழுபது ஆண்டுகள்வரை அங்கு யாரும் இடம் பெயர்ந்து வரவில்லை. இரு ஆண்டுகளுக்குமுன் க்யூலிபான் கிராம எல்லையில் முதிய மஞ்சின் என்பவன் ஹிக்கோரி மரத்தில் தூக்கிட்டுக்கொண்டது முதல், அந்தக் கிராமத்திற்கு வர அஞ்சினார்கள். அவன் புதைக்கப்பட்டபோது, ஹாங்பாவோதான் அவனது உடலைத் தூக்கி வந்தான். அந்தச்

சூழலில்தான், தன் தாத்தா ஒரு காலத்தில் அங்கு வசித்துவந்ததை அறிய நேரிட்டது. இரண்டு மூன்று வழிகள் சரிந்து மூடியநிலையில், அந்த ஒரு இடம் மட்டுமே வசிக்க ஏதுவாக இருந்தது.

ஹூவாங்க்பாவோ முடிவாகப் பதில் சொல்லியது. மெல்லிய குரலில் கனைத்தபடி அவன்மீது சாய்ந்தது. அதனுடைய வாயின் கடையோரத்திலிருந்து சொட்டுச் சொட்டாக எச்சில் நுரை நிலத்தில் சிந்தியது. தலையை அசைத்துக்கொண்டே பெரிய கண்களை அப்படியும் இப்படியுமாக மூடித் திறந்தது. கழுத்தில் மணி எதுவும் கட்டப்பட்டிருக்கவில்லை. கட்டப்பட்டிருந்தால் மெல்லிய ஒலி எழும்பியிருக்கும். அவன் அருகில் இருந்த மணியை எடுத்தான். அது ஒலித்ததைக் காதால் கேட்டதும் அதன் அழுகை நின்றது. கண்ணீரைத் துடைத்தான். கழுத்து மணியை எடுத்தான்.

"ஹூவாங்க்பாவோ! நான் அழுவதை நீ விரும்பவில்லை அப்படித்தானே! ஓ.கே. நான் அழுவதை நிறுத்திவிட்டேன். அழுவதில் அர்த்தமில்லை. உனக்குப் பசிக்கிறதா? கொஞ்சநேரம் காத்திரு. வெளியேவெயில் நல்லாக் காயுது. அப்ப புல்லு நல்லாக் காஞ்சு திங்கிறதுக்குரிய பதம் வந்துவிடும். அதுவரை காத்திரு. இப்போது புல்லை அறுத்தால் அது உண்பதற்குச் சுவையாக இருக்காது. அது கறுக்கும்வரை காத்திரு. நீ உண்பதற்காகக் கொஞ்சம் அறுத்துவருகிறேன். அதன்பிறகு நீ சாப்பிடுவதற்கு ஏற்ற பதமாக இருக்கும். பனி படர்ந்த சூழலில் நாளை விடியற்காலையில் இன்னும் பக்குவமா ஆயிடும்." அவன் அவ்வாறு பேசியபோது மணியால் ஒலி எழுப்பினான்.

"நீ கழுத்துலே அணிஞ்சுக்க மணியைக்கூட எடுத்துவந்திருப்பதைப் பார்த்தியா? குகை ஓரத்துலே அதை மாட்டிவைப்போம். பிறகு எல்லாம் சரியானதும் அதனை நீ அணிந்துகொள்ளலாம்." அது புரிந்துகொண்டதைப்போல தலையை அசைத்தது. ஆனால் அவன் மீண்டும் கண்ணீர் வடிக்கலானான்.

"ஹூவாங்க்பாவோ! பார்த்தாயா! நாம எவ்வளவு இரக்கத்திற்கு உரியவராக ஆகிவிட்டதைப் பார்த்தாயா? கொஞ்சம் புல்லுக்குக்கூட இத்தனைதூரம் அலையவேண்டியிருக்கிறது. மலைச்சரிவில் புல்லுக்காக உன்னை அழைத்துச் செல்லமாட்டேன். யாராவது உன்னைப் பார்த்துவிட்டால் என்ன செய்வது என்று நான் பயப்படுகிறேன். பரவாயில்லை, நீ ஒன்றும் கவலைப்படாதே! இருட்டட்டும், புதுக் காற்றைச் சுவாசிக்க உன்னை நான் அழைத்துச் செல்கிறேன்."

ஹூவாங்க்பாவோ சில நிமிடங்களில் கண் சிமிட்டியது. அவனுக்கு அதன் அர்த்தம் புரிந்தது.

மாலை நேரத்தில் கதிரவன் சற்றே ஒளி வீசியது. அவன் அரிவாளை எடுத்துக்கொண்டு குகையைவிட்டுப் புறப்பட்டான். மலைச்சரிவில்

நின்றுகொண்டிருந்தபோது, அவன் சிரிக்கவும் கண்கள் சுருங்கின. மலையின் நாலாபுறங்களையும் நோட்டம்விட்டான். பசும்புல்லால் மலை போர்த்தப்பட்டிருந்தது. பெயின் பிரஸ், ஆர்டிமிசியா மற்றும் ட்ரம்பெட் பூக்கள் சிவந்தும், மாலை நேரத்தில் ஒளி வீசியும், மாலைத் தென்றலில் அவை இப்படியும் அப்படியும் அசைந்தாடின. அவன் கையில் வைத்திருந்த அரிவாளும் அந்த நேரத்தில் பொன்னொளி வீசியது. அதனைச் சுழற்றியபடி புன்னகைத்தவாறே சொன்னான்" இதோ பார்! ஹூவாங்க்பாவோ! இந்தப் புற்களைப் பார்! நீ விரும்பியபடி நல்லா இருக்குது. நீ மட்டுமின்றி, கூட்டமாகச் சேர்ந்து மேய்ந்து தின்றாலும்கூட அதற்கு ஒரு கோடைக்காலம் முழுமையும் கூடப் போதாது. அப்படியிருக்க நீ ஏன் அதற்குக் கவலைப்படவேண்டும்? ஒரு பெரிய கொட்டிலையே உனக்காக இங்கே உருவாக்கத் தொடங்குவேன்."

வலது கையால் அரிவாளைப் பிடித்துக்கொண்டு அவன் வேகமாக புல்லை அறுக்கத் தொடங்கினான். தடித்து வளர்ந்திருந்த புல்லை அறுத்து இடது கையால் தனியே பிரித்துப்போட்டான். மண்ணின் அடிவரைக்கும் அரிவாளால் கிளறினான். புல்லின் ஈரமான அரிதாளை மட்டும் விட்டுவைத்திருந்தான். ஒவ்வொருமுறையும் இரண்டு வெட்டு வெட்டி அவற்றை நிலத்தில் இட்டான். அவன் குனிந்து வேலையில் ஈடுபட்டபோது வெட்டும்சத்தம் புல்லின் வாசத்தோடு காற்றில் தவழ்ந்து வரும். வெட்டிப்போட்டவற்றை வரிசையாக அடுக்கினான். வானம் மின்னியது. மலையெங்கும் - ஒரே அமைதி. அந்த மாலை நேரத்தில் வளைந்தும், குனிந்தும் அவன் வேலை செய்த காட்சி, பழஞ்சடங்கு ஒன்றை அங்கு நிகழ்த்துவதுபோல இருந்தது.

கண் சிமிட்டும் நேரத்தில் அவன் பெருமிதத்தோடு இரு கைகளிலும் புல்லுக்கட்டைத் தூக்கிக்கொண்டு குகைக்குத் திரும்பினான். அண்மையில் அறுத்த புல்லின் வாசம் ஹூவாங்க்பாவோவின் மூக்கைத் துளைத்தது. ஆனால், அவன் ஏதோ ஒரு காரணத்திற்காக வேண்டுமென்றே புல்லைத் தின்னவிடாமல் தடுத்தான்.

"அப்படி என்ன அவசரம் உனக்கு? இவ்வளவு அவசரம் கூடாது உனக்கு. புல்லுக்கட்டை இன்னும் இறக்கி வைக்கவில்லை. அதற்குள் இவ்வளவு அவசரமா? சற்றே பொறுத்திருக்கக்கூடாதா?"

ஹூவாங்க்பாவோ, அவன் சொல்லைப் பொருட்படுத்தவில்லை. சற்றே தொங்கிக்கொண்டிருந்த புல்லின் ஓரத்தைப் பிடித்து இழுத்து ஆர்வத்தோடு விழுங்கியது. புல்லை வாயினால் அரைக்கும் சத்தம் அந்தக் குகை முழுவதும் எதிரொலித்தது.

புல்லுக்கட்டைப் பிரித்தான். மெல்லிய புல்லினைத் தரையில் பரப்பினான். ஒருவிதத் தீர்மானத்தோடு ட்ரம்பட் பூக்களின் மொட்டைப்

பறித்து ஹூவாங்க்பாவோமீது வீசினான். "ஹூவாங்க்பாவோ! நீ ஒன்றும் படுசுட்டி இல்லை. உனக்குப் பிடித்ததை முதலில் ஏன் உண்ண மறுக்கிறாய். அதனை ஒருபோதும் உனக்கு முன்னால் பறித்துப் போடமாட்டேன்."

மலைச்சாலை வழியே இருபது லீ தொலைவுக்குமேல் நடந்து வந்தபோது, வயிற்றில் கன்றுடன் இருக்கும் ஹூவாங்க்பாவோவுக்கு கடும்பசி. அது தலையைத் தாழ்த்தி, நாக்கை நீட்டி புல்லைக் கட்டுக்கட்டாக உள்ளே தள்ளியது. அது மகிழ்ச்சியோடு உண்ணும் சத்தம் அந்தக் குகையில் எதிரொலித்தது. அவன் அது புல்லைத் தின்பதைக் கவனித்தான். அரிசியை உண்பதைவிட அது சுவையுடையதாக இருந்திருப்பதாக அவனுக்குத் தோன்றியது. எச்சிலை விழுங்கியபடி அவன் உதட்டைத் துடைத்துக்கொண்டான். ஹூவாங்க்பாவோவின் கழுத்தைத் தட்டிக்கொடுத்தபடியே அவன் காஞ்சிரைக் கொடியின் கிளையைப் பறித்து வாயிலிட்டு மென்றான்.

"ஹூவாங்க்பாவோ! நீ சாப்பிடு. நான் இப்பதான் நீரில் ஊறவைத்த ரொட்டியைச் சாப்பிட்டேன். அதனால், எனக்கு இப்போது பசி இல்லை. சாப்பிடுவதற்கென்று நாளைக்கு ஒரு மேசையைத் தயார் செய்யலாம் என்று நினைக்கிறேன். நாம் வந்த வழியில் ஒரு கல் பலகையை நான் பார்த்தேன். அதனை இங்கு கொண்டு வருவேன். அதைத் துடைத்துச் சுத்தப்படுத்தி தயார்படுத்தியதும் அதன்மீது வைத்துச் சாப்பிட ஏதுவாக இருக்கும். நீயும் நாக்கை நனைத்துக்கொண்டு சாப்பிடலாம். நானும் மேசையின்மீது வைத்துச் சாப்பிடலாம். வாழ்க்கையை இப்படி ஒரு குடும்பம்போலவே நாம நடத்துவோம். எந்தக் குறையும் நமக்கில்லை. உணவுத் தட்டுப்பாடும் நமக்கில்லை. என்ன? நான் சொல்வது சரிதானா ஹூவாங்க்பாவோ?"

அது எதையும் கவனிக்கவில்லை. வயிறார உண்பதிலேயே கவனம் செலுத்தியது. சிதைந்துபோயிருந்த அந்தக் குகையை புல்லின் வாசம் சூழ்ந்தது. அதனால் ஹூவாங்க்பாவோ ஒருவித புத்துணர்ச்சி அடைந்தது. மறுபடியும் அவன் ஹூவாங்க்பாவோவின் கழுத்தைத் தடவிக் கொடுத்தான். மனநிறைவான அவன் மகிழ்ச்சி கொண்டான். தன் தாத்தா ஒருகாலத்தில் வசித்துவந்த அந்தக் குகையைத் தனக்காகவும், ஹூவாங்க்பாவோவுக்காகவுமே விட்டுச் சென்றதாக எண்ணியதோடு, அந்த இடம் சொர்க்கமாகவே அவனுக்குத் தோன்றியது. ஹூவாங்க்பாவோவின் செவிமடல்களைத் தடவிக் கொடுத்தான்.

"கவலைப்படாதே ஹூவாங்க்பாவோ! மெதுவாகச் சாப்பிடு, அவசரப்படாதே. சாப்பிட்டு முடித்ததும் உறங்கப் போவோம். பயப்பட ஒன்றுமில்லை. காலைக் கதிரவன் வழக்கம்போல கிழக்கில் உதிக்கும் நேரம் வரும்."

நள்ளிரவில் இடி இடித்தது. மின்னல் பளிச்சிடப் பெருத்த இடியுடன் கூடிய மழை பெய்தது. மலையின் உச்சியை மின்னல் கோடுகள், வெளிப்பட நிலத்தை அசைத்ததுபோன்ற ஒரு தோற்றம். குகையின் பக்கச்சுவர்களிலிருந்து தூசி தும்புகள் விழுந்தவண்ணம் இருந்தன.

இடியோசை அவன் தூக்கத்தைக் கலைத்துப் போட்டது. விழித்துக்கொண்டான். மின்னல் வெளிச்சத்தில் அவன் ஹூவாங்க்பாவோ அயர்ந்து தூங்குவதைக்கண்டான். அது பயந்து போயிருந்தது. காலடியை நீட்டிப் படுத்துக்கொண்டது. திடீரென்று அவன் விளக்கை ஏற்றினான். ஹூவாங்க்பாவோ ஆர்வத்தோடு அவனை நோக்கியது கண்டு அவன் சிரித்துக்கொண்டான்.

"ஹூவாங்க்பாவோ! நானிருக்க உனக்குப் பயமேன்? நீ எதற்கு அச்சப்படவேண்டும்?" திரியை மேல்நோக்கி எரியவிட்டான். குகையில் உடனே வெளிச்சம் பரவியது. விளக்கு எரிவதைப் பார்த்தபடியே அது அமைதியாய் மௌனத்தோடு இருந்தது. மறுபடியும் அவன் சிரித்தான்.

"உனக்குப் பயமா இருந்தா, விளக்கு வெளிச்சத்தைக் கூட்டுகிறேன். வா, இங்கே வந்து என்னருகில் படுத்துக்கொள்."

அவனை நோக்கிவந்து அவனருகில் படுத்துக்கொண்டது. ஹூவாங்க்பாவோவுடன் கொஞ்சநேரம் படுத்திருந்த அவன், நீண்டநேரம் எண்ணெய் விளக்கு எரிந்து வீணாவதை விரும்பவில்லை. அதனைப் பார்த்துச் சொல்லத் தொடங்கினான். "இருட்டாகும் நேரம் வந்துவிடும். கண்களை மூடிக்கொண்டு தூங்கு. நீ எதையும் பார்க்க வேண்டியிருக்காது. நான் சொல்வது சரிதானே. இன்னும் நீண்டகாலம் இங்கு இருக்கவேண்டியிருக்கும். அதனால் விளக்குக்குரிய எண்ணெயைச் சேமிக்கலாம் அல்லவா? நீ பயப்படுவாயானால் முதலில் உறங்கிவிடு. நான் கொஞ்சநேரம் காவல் காக்கிறேன்."

அவன் விளக்கை அணைத்துவிட்டு இருட்டில் காவல் காத்தபடி இருந்தான். கடுமழையும் இடியும் ஓய்ந்துவிட்ட பிறகு மலையில் மீண்டும் அமைதி திரும்பியிருந்தது. பெருமழையால் மலையும், அதனைச் சார்ந்த இடமெங்கும் முற்றிலும் கழுவிவிடப்பட்டுத் தூய்மையாயிற்று. விண்ணுக்கும் மண்ணுக்குமிடையே நனைந்திருந்த மரங்களும், புற்களும் மௌனமாகவும் புத்துணர்ச்சியோடும் காணப்பட்டன.

தூரத்தில் பொங்கிப் பெருக்கெடுத்த நீரோடை அந்தச் சலனமற்ற பொழுதுகளுக்கிடையே இரவில் அமைதியாக ஓடியது. வானில் சுடர்விடும் விண்மீன்கள் கண்ணீர் சிந்துவதைப்போலக் காட்சி அளித்தன. அந்த மௌனமயக்கத்தின் இரவுப்பொழுதில் இருவருமே கனவுலகில் மிதந்தனர்.

இருள் கவிழும் முன், அந்தக் குகை மழைநீரால் கரைந்து சிதலமானபோது, தனித்திருந்த அந்தத் திறந்தவெளிப் பண்ணை வீட்டில் ஒரு பேரொலி கேட்டது.

இரு நாட்களுக்குப் பிறகு, கால்நடைக் கண்காணிப்புக் குழுவையும், மக்கள் பாதுகாப்புக் குழுவையும் சேர்ந்த சிலர், தாங்கள் முன்பு ஆணையிட்டதை மக்கள் நிறைவேற்றி இருக்கிறார்களா என்று கண்டறிய ஊரென்பிங்க்கு வந்தனர். அந்தக் கிராமத்தைச் சுற்றும்முற்றும் பார்த்தனர். ஹாங்பாவோவையும் அவனது மாட்டையும் அவர்களால் கண்டுபிடிக்கமுடியவில்லை. அவன், தன் எருதோடு மைத்துனர் வீட்டுக்குப் போயிருப்பான் என்று அந்தக் கிராம மக்களில் சிலர் சொன்னார்கள் மற்றும் சிலர் அவர்களைத் தேடுவது மிகவும் சிரமம் என்றார்கள்.

ஹாங்பாவோ திருமணம் ஆகாதவன், ஏழை. பத்தாண்டுகளுக்கு மேலாக, தனது மாட்டைப் பாதுகாத்து வந்தவன். நிலங்களை உழுவதோடு அவனுக்குக் கன்றுகளைப் பெற்றுதர ஈன்று உதவியது. அவனது வாழ்க்கையே அதனோடுதான் கழிந்தது. தன் உடல் பொருள் ஆவி அனைத்தைக்காட்டிலும் அவன், தான் வளர்த்து வந்த அந்த மாட்டை மிகவும் நேசித்தான். அவர்கள் இருவரையும் அவர்கள் கண்டுபிடிக்க நேரிட்டால், மாட்டோடு அவனையும் சேர்த்தே புதைத்துவிடத் தயங்கமாட்டார்கள். இல்லையேல், அவனைக் கைது செய்து சிறையில் அடைக்கவும் செய்வர்.

ஊரென்பிங்க் கிராமத்தாருக்கு அது புரியாத புதிராகவே இருந்தது. அதிகாரிகள் அந்தக் கிராமத்தில் இருந்த அத்தனை மாடுகளையும் அழித்தொழித்துப் புதைத்தார்கள். அவர்கள் இருவரும் எங்கு போய்விட்டார்கள் என்று யோசிக்கப்பட்டது. எங்கு போயிருப்பார்கள்? ஒரு மாதம் சென்றது. அவர்கள் இருவரையும் பற்றி ஒன்றும் தெரிந்துகொள்ள முடியவில்லை. ஆறு மாதமாகியும் அவர்களைப் பற்றிய விவரங்கள் தெரிய வரவில்லை. ஒரு வருடமும் கழிந்துவிட்டது. அவர்களைப் பற்றி ஒரு செய்தியையும் அறிந்துகொள்ள முடியவில்லை.

இந்தப் பரந்த உலகத்தில், அவர்கள் இத்தனை காலம் வசித்துவந்த குயில்பானில் இருந்த குகை சிதைந்துபோயிருப்பதைப் பற்றி அறியவோ, அல்லது அதனைப் பார்க்கவோ இல்லை. அந்த மஞ்சள் நிற பூமியை கோடைக்காலப் புற்களும், கொடிய தாவரங்களும் மூடிவிட்டிருந்தன.

ஏட்டுச்சுரைக்காய்

பூ சங் லிங்

பெஞ்செங்கைச் சேர்ந்த மிஸ்டர் லாங்க், படித்த குடும்பத்திலிருந்து வந்தவன். சிறுவனாய் இருந்தபோது அரிதாகப் பதிப்பிக்கப்பட்ட நூல்கள், பொழுதுபோக்கு விஷயங்கள், பழங்காலக் கவிஞர்களின் வாழ்க்கை வரலாறு இவற்றையெல்லாம் அவன், தன் தந்தையிடம் கேட்டறிந்தான். அவனுடைய தந்தை நேர்மையைக் கடைபிடித்தவர். அவர் சொத்து என்று எதுவும் சேர்க்கவில்லை. வீட்டில் நூலகம்வைத்திருக்கும் அவர், தாம் சம்பாதிக்கும் பணத்தில் நூல்கள் வாங்கச் செலவிடுவார். அவருடைய தாத்தாவிடமிருந்து அவருக்கு இந்தப் பழக்கம் தொத்திக்கொண்டது.

லாங்கின் தந்தை இறந்துவிடவே அந்த நூலகப் பொறுப்பு மிஸ்டர் லாங்கிற்கு வந்தது. லாங்க்கிற்குப் புத்தக உலகத்தைத் தவிர வேறெதுவும் தெரியாது. பணத்தைப்பற்றிய சிந்தனையோ, பணத்தை எப்படிச் சம்பாதிப்பது என்பதுபற்றியோ சிறிதும் அறியாதவனாய் வளர்ந்தான். பணம் ஈட்டுவதற்கான வழிமுறைகளும் அவனுக்குத் தெரியாது. பணம் சம்பாதிப்பதற்காக எந்த ஒன்றையும் விற்கத் தெரியாதவனும்கூட! வீட்டு நூலகத்தில் உள்ள நூல்கள் அடுக்கிவைத்தபடியே இருந்தன.

அவனுடைய தந்தை கைப்பட எழுதிவைத்திருந்த ஒரு கையெழுத்துப் பிரதி, மன்னர் சாங்க் சென்ட் சங்க் எழுதிய ‘கற்றுக்கொள்வதற்கான அழைப்பு’ என்பதாகும். அவர், தன் மகனுக்காகவே கைப்பட எழுதியிருந்தார். தான் சாகும் தறுவாயில் அது அவனுக்குரிய அறிவுரையாக இருக்கும் என்பது அவனுடைய தந்தையின் நோக்கமாக இருந்தது. அவன் அதனைத் தனது மேசையில் சட்டம்போட்டு மாட்டியிருந்தான். தன் வாழ்நாள் முழுவதும் தனக்கு வழிகாட்டியாக இருக்கும்

என்று, தினந்தோறும் அதனைப் பார்ப்பான். அதன்மீது தூசிபடாமல் இருக்க ஒரு சல்லாத் துணியால் அதனைப் போர்த்தியிருந்தான். அதனை வேதவாக்காகக் கருதினான்.

அந்தக் கையெழுத்துப் பிரதியில் இருந்த அறிவுரைகள்:

• செல்வம், பண்ணைகள், நிலங்கள் ஆகியவற்றில் பணம் செலவழிக்காதீர்கள். ஆனால், நூல்கள் மிகுதியான தானியமணிகளைப் பெற்றுத்தரும்

• செல்வந்தர்கள் பிரமாண்டமான மாளிகை கட்டலாம். ஆனால் கற்பதால் புதையல் வீடுகள் பெறலாம்

• களியாட்டங்களில் இளைஞர்களே நாட்டங்கொள்ளாதீர்கள். பெண்கள் புத்தக அட்டையைத் தங்களின் மரகத முகங்களால் அலங்கரிக்கிறார்கள்.

• வண்டிகளையும், பணியாளர்களையும்பொறுத்ததல்ல உங்கள் வாழ்க்கை; அணிபூண்ட குதிரையும் வண்டியும் துடிப்பான அறிஞர்களையும் நாடி வரும்.

• பேரும், புகழும் செல்வமும் விரும்பும் இளைஞர்கள், பழைய ஓலைச்சுவடிகளைத் தாங்களாகவே ஆர்வத்தோடு கற்கட்டும்.

இந்த கட்டளைகளின் பொருள் தெளிவானது. கற்றுக் கொள்வதிலிருந்து, ஒருவர் அறிவுசார்ந்த குழுவில் உறுப்பினராக இடம்பெற்று தனிச்சிறப்பும் மதிப்பும் பெறமுடியும். உலகியலில் காணும் அனைத்து வசதி, வாய்ப்புகளைப் பெற்று குறிப்பாக, தங்கம், தானியம், தாரகமங்கை இவற்றை அனுபவித்து மகிழலாம்; மிஸ்டர் லாங்க் அந்த அறிவுரைகளை அப்படியே எடுத்துக்கொண்டு அவற்றை எண்ணிச் செயல்படத் தொடங்கினான். படிப்பில் ஆழ்ந்த கவனம் செலுத்தினால் நல்ல விளைச்சலையும், விரும்பிய பெண்ணையும் பெறமுடியும் என்ற முடிவுக்கு வந்தான். கடந்த காலப் பழங்கதைகளைக் காட்டிலும், பருவவயதில் இளைஞர்கள் பெண்களைப்பற்றி அறிவதில் மிகுந்த ஆர்வங்கொண்டு இருப்பர். லாங்க் புத்தகங்களின்மீது தனிக்கவனம் செலுத்தத் தொடங்கினான். அவற்றை ஆராதித்தான்.

அவன் வீட்டிலேயே முடங்கிவிட்டான். வெளியே சென்று மக்களைச் சந்திப்பதோ அல்லது ஓய்வுக்கான வேறு செயற்பாடுகளில் இறங்கவோ இல்லை. இருக்கையில் அமர்ந்து அவனுக்குப் பிடித்தமான பகுதிகளை உரக்க வாசிப்பதில் மிகுந்த மகிழ்ச்சி கொண்டான். புத்தகப் பைத்தியத்திற்கான அனைத்து அறிகுறிகளும் அவனிடத்தில் இருந்தன. குளிர்காலமானாலும், கோடையானாலும் ஒரே அங்கியை அணிந்துகொள்பவன் அவன். திருமணமாகாது தனியனாய் இருந்தான். இடுப்புக்குக்கீழ் அணியும் ஆடையைக்கூட மாற்றச் சொல்லி நினைவூட்ட

அவனுக்கு யாருமில்லை. சிலசமயம் நண்பர்கள் அவனைச் சந்திக்க வருவதுண்டு. சில வார்த்தைகளே பேசி அவர்களை வாழ்த்தித் தனக்குத் தெரிந்த வானிலை பற்றிக் கூறிவிட்டு மீண்டும் புத்தகத்தில் ஆழ்ந்துவிடுவது அவனது வழக்கம். கண்களை மூடிக்கொண்டு, பின்பக்கமாய்த் தலையைத் திருப்பி வார்த்தைகளை, கவிதை வரிகளை, உரைநடைப் பகுதிகளை ஏற்ற இறக்கத்தோடு ஒன்றுவிடாமல் படிப்பதிலும், பாடுவதிலும் திருப்தி அடைந்தான். அவற்றைப் புறந்தள்ளாதவாறு புத்தகத்தில் மூழ்கி இருந்த அவனைப் பார்க்கவந்த அவனுடைய நண்பர்கள், அவன் ஒன்றுக்கும் உதவாதவன் என்று கருதி விரைவில் அவனிடமிருந்து விலகிச் சென்றனர்.

இம்பீரியல் தேர்வில் லாங்க்தோல்வியைத் தழுவினான். படித்துப் பட்டம் வாங்க அவனுக்குத் திராணி இல்லை. கற்பதில் அவன் சிறிதும் சளைக்காத அவனது ஆழ்ந்த பக்தி இருக்கக் காரணமே, மன்னர்சங்க் சென்ட் சங்க் எழுதிவைத்த அந்த அறிவுரைதான். அந்தக் கட்டளைகளில் அவன் தீராத நம்பிக்கை கொண்டிருந்தான். அவனுக்குத் தங்கமும், தானிய வண்டியும் தேவையாயிருந்தன. ஒருவேளை, அழகிய முகங்கொண்ட பெண்ணும்கூட அவனுக்குத் தேவைதான். ஆனால், அவற்றையெல்லாம் அடைவதற்கு ஒருவர் கற்றவராய் இருந்தால் மட்டுமே முடியும் என்ற மாமன்னரின் அறிவுரையைப் பின்பற்றி இருக்கவேண்டும். அப்போதுதான் அவை இயலும். வாழ்க்கையில் வெற்றியும் பெறமுடியும். மாமன்னர் பொய் கூறமாட்டார். அவை உண்மையின் வாசகங்கள்.

ஒரு நாள் திடீரென்று காற்று வீசியது. கையில் அவன் வைத்திருந்த இலேசான புத்தகம் காற்றில் பறந்து தோட்டத்தை நோக்கிச் சென்றது. அதை அவன் பின்தொடர்ந்தான். காலால் அதனைப் பற்றிக்கொண்டான். அப்படிச் செய்கையில், அவன் ஒரு நாணற்புதர் மண்டியிருந்த குழியில் விழுந்தான். அந்தக் குழியின் ஆழத்தில் புத்தகம் விழுந்துகிடந்தது. அந்தக் குழியில் காய்ந்துபோன வேர்களுடன், சேறும் சகதியுமாய், இருந்த நிலையில் சிறுதானிய மணிகளும் கிடந்தன. கொஞ்சங்கொஞ்சமாகத் தானிய மணிகளைப் பறித்தான். மூன்று ஆண்டுகளாய் அவை மண்மூடி சீண்டுவாரற்றுக் கிடந்தன. காலை நேரக் கஞ்சி காய்ச்சுவதற்குக்கூடப் போதுமானதாக அது இல்லை. ஆனால், அவனுக்குத் தீர்க்க தரிசனம்போல, உண்மை பலிப்பதாகத் தோன்றியது. மாமன்னரின் அறிவுரையின்மீது அவனுக்கு நம்பிக்கை பிறந்தது.

சில நாள்களுக்குப்பின், பழைய நூல்களைத்தேடி எடுப்பதற்காக ஏணிமீது ஏறினான். ஓரடியே கொண்ட சின்னஞ்சிறிய அறைபோன்ற பகுதியில் புத்தகங்களுக்கிடையே நூல் ஒன்று இருந்ததைப் பார்த்தான். எடுத்துத் தூசி தட்டினான். ஒளி வீசிய அதன் மேல்பாகம் தங்கநிறத்தில்

இருந்தது. மகிழ்ச்சியுடன் அதை எடுத்துவந்து தன் நண்பர்களுக்குக் காட்டினான். தங்கமுலாம் பூசப்பட்ட அந்தப் புத்தகத்தைப் பார்த்தனர். லாங்க் எதிர்பார்த்தது இதுவன்று. அதற்குப் பிறகு அவனுடைய நண்பர், வேறொரு இடத்திற்குச் செல்லவேண்டியவர், அவனிருப்பிடம் வழியாக அங்கு வந்தார். புத்த மதத்தில் பற்றுமிக்க அவர், புத்த விகார் மாடத்தை அழகுபடுத்த ஒரு கலைப்பொருள் தேவைப்பட்டது. அதனை வாங்குவதற்காக லாங்கிடம் முன்னூறு டயேல் வெள்ளி நாணயத்தையும், இரு குதிரைகளையும் கொடுத்து மாற்றிக்கொண்டார்.

லாங்க் இப்போது மன்னரின் அறிவுரையான 'கற்பித்தலுக்கான அழைப்பு' என்பதன் உண்மையான பொருள் அவனுக்கு விளங்குவதாகவே பட்டது. அவன் எதிர்பார்த்தவாறு தங்கமும், வண்டியும் கிடைத்துவிட்டன. இரண்டும் நிறைவேறியதில் அவனுக்கொரு மனநிறைவு. ஒவ்வொருவரும் பிரசித்தபெற்ற மாமன்னரின் அறிவுரையின் பொருளை நன்கு தெரிந்துவைத்திருந்தனர். ஆனால், லாங்க் அந்த அறிவுரையின் பொருளை நேரடியாக அப்படியே உண்மை என எடுத்துக்கொண்டு அதில் அளவற்ற நம்பிக்கை கொண்டிருந்தான்.

வயது அவனுக்கு முப்பது ஆனது. இன்னும் மணம்செய்து கொள்ளாதிருந்தான். அவன் நண்பர்கள் நல்ல பெண்ணாகப் பார்த்து மணமுடிக்கக் கோரினர். "எனக்கு எதற்கு? என்று நம்பிக்கையோடு பதிலளித்த அவன், தான் படிக்கப்போகும் இந்த ஞான நூலிலிருந்து ஒருநல்ல பெண் கிடைப்பாள்; அவள் முகம் அழகியதாய் இருக்கும்" என உறுதியாகப் பதில் சொன்னான்.

புத்தகப் புழுவில் அவன் கதையில் நம்பிக்கை கொண்டு இரக்கத்திற்குரியவனாகிய அவனிடம் அழகுமிக்க ஒருத்தி புத்தகங்களின் பக்கங்களில் இருந்து மகிழ்ச்சியுடன் குதித்து அவனுக்குக் கட்டளை இடுவாள். ஒருநாள் அவன் நண்பன் கூறினான். "அன்புள்ள லாங்க்! நூற்கும் அழகிய இளமங்கை ஒருத்தி உன்னைக் காதலிக்கிறாள். இரவு நேரங்களில், சொர்க்கத்திலிருந்து அவள் கீழிறங்கி உன்னைக் காணவருவாள்."

நண்பன் கேலி செய்கிறான் என்று புத்தகப்புழுவான அவனுக்குத் தெரியும். அவனோடு விவாதம் செய்ய விரும்பாத அவன், "அதை, நீயும் பார்க்கத்தான் போகிறாய்" என்று பதிலிறுத்தான்.

ஒரு மாலை வேளையில், அவன் ஹேன் ஆட்சி என்ற வரலாற்று நூலின் ஏழாம் தொகுதியைப் படித்துக்கொண்டிருந்தான். அந்தப் புத்தகத்தின் நடுப்பகுதியில் ஒரு சீட்டு இருந்தது. ஒரு அகலமான பட்டு ரிப்பனும், அழகிய பெண்ணின் படமும் மெல்லிய சல்லாத் துணியில் ஒட்டியிருந்ததைப் பார்க்க நேர்ந்தது. அதன் முதுகில், 'நூல் நூற்கும் பெண்' என்று எழுதியிருந்தது.

அந்தப் படத்தைப் பார்த்ததும் அவனது இதயம் சூடாயிற்று. அதனைத் திரும்பவும் பார்த்தான். ஒரு பெருமூச்சுடன் விருப்பத்தோடு இலேசாகத் தொட்டுப்பார்த்துவிட்டு அதே இடத்தில் வைத்துவிட்டான். இரவு உணவைப் பாதியில் நிறுத்திவிட்டு, அந்தப் படத்தைப் பார்ப்பதற்காக எழுந்தான். இரவு படுக்கைக்குப் போகும் முன்பாக, மீண்டும் ஒருமுறை புத்தகத்தில் இருந்த சீட்டை எடுத்து அன்போடு கையில் வைத்துக்கொண்டு அழகு பார்த்தான். மிக்க மகிழ்ச்சி அடைந்தான்.

ஒரு மாலை வேளையில், அந்தப் புத்தகத்தில் இருந்த அழகியைப் பற்றிய சிந்தனையில் ஆழ்ந்தான். திடீரென்று அந்த அழகி நூலின் ஒரு பக்கத்தில் அமர்ந்திருந்த அவள் அவனைப் பார்த்துப் புன்னகைத்தாள். பேரதிர்ச்சி அவனுக்கு. அவனும் எழுந்து குனிந்தவாறு வணக்கத்தைத் தெரிவிக்கலானான். ஓரடி உயரத்திற்கே அவள் வளர்ந்திருந்தாள். மீண்டும் அவன் குனிந்து வணங்கவே, அவள், அவனது கைகளைத் தழுவி மார்போடு இறுகப் பற்றினாள். அந்த நூலிலிருந்து இறங்கி வந்தன அவளது அழகிய கால்கள். அவளது காலடி, நிலத்தில் பட்டதும் அவள்முழு உருவம் பெற்றிருந்தாள். அவனை நோக்கி ஆவலைத் தூண்டும்வண்ணம் கண்கள் வட்டமிட்டபடி வந்தாள். கண்ணுக்கு அது ஒரு விருந்து.

உவகையுடன் கூடிய குரலில் அவள் சொன்னாள். "நீ நீண்ட நேரம் காத்திருக்கிறாய்; நான் இங்கே இருக்கிறேன்."

லாங்க் பதறியபடி கேட்டான். "யார் நீ"

"என் பெயர் யென். (முகம்) எனது தனிப்பட்ட பெயர் ஜூயூ (வண்ணம்) என்னை உனக்குத் தெரிந்திருக்க வாய்ப்பில்லை. ஆனால் நீ மறைவாய் இருப்பினும், உன்னை நான் நெடுநாள்களாய் அறிவேன். பழங்கால யோகிகளின் வார்த்தைகளில் நீ நம்பிக்கை கொண்டிருந்தது என்னை ஈர்த்தது. எனக்குள் நானே சொல்லிக்கொண்டேன். நான் வராதிருந்து, என்னை நான் அவனுக்குக் காட்டாதிருந்தால் பழைய யோகியரை யாரும் நம்பமாட்டார்கள்."

இளம் அறிஞனான லாங்க்கின் கனவு நிறைவேறியது. அவனது நம்பிக்கைக்கு வழிபிறந்தது. மிஸ் யென் அழகி மட்டுமல்லள்; அவளைக் கண்ட முதற்பார்வையிலேயே அவளுடன் நெருக்கமான நட்பும், பரிச்சயமும் கொண்டிருந்தான். அவளை விரும்பியதோடு அன்பான முத்தங்களையும் தந்தான். தான் புத்தகப் புழுவாக இருப்பதற்கு அவன் அந்தச் சூழலைப் பயன்படுத்திக்கொள்ளவில்லை. அவளோடு தனிமையில் இலக்கியம், வரலாறு, கலைகள் ஆகியவற்றைப் பற்றி அவன் கலந்துரையாடினான். மிக விரைவிலேயே சோர்ந்துபோன அவள் சொன்னாள்: "நேரமாகி விட்டது, தூங்கப் போகலாம்."

"ஆமாம், படுக்கச்செல்வோம்."

அவள் விளக்கை அணைத்துவிட்டு, நாணம் துறந்து ஆடையின்றி இருந்தாள். அதற்கான முன்னெச்சரிக்கை தேவைப்படவில்லை. படுக்கையில் கிடந்தபோது, அவனை அவள் முத்தமிட்டு, 'குட் பை' சொன்னாள். பதிலுக்கு அவனும் 'குட் பை' என்றான். சிறிது நேரத்திற்குப் பின் மீண்டும் அவள் 'குட் பை' என்றாள். அந்த இளைய அறிஞனும் பதிலுக்கு 'குட் பை' சொன்னான்.

இரவுதோறும் இவ்வாறு நடந்தேறியது. இனிமையான தோழமை இருந்ததால், அவனை அது மகிழ்ச்சிக்கு உள்ளாக்கியிருந்தது. இரவுநேரங்களில் அவன் மிகக்கடினமாக உழைத்துப் படிக்கலானான். மிஸ் யென்னும் எப்போதும் தன் அருகில் இருக்குமாறு பார்த்துக் கொண்டான்.

"நீ ஏன் இவ்வளவு கஷ்டப்பட்டுப் படித்துக்கொண்டிருக்கிறாய்?" என்று கேட்டு அவனை மெல்ல நச்சரிக்கத் தொடங்கினாள். நான் உனக்கு உதவி செய்வதற்காக அல்லவா வந்திருக்கிறேன். உன் தேவையை நான் அறிவேன். படிப்பில் வெற்றி பெற்று உயர் பதவியை அடைய முயல்கிறாய் என்பதை அறிந்துகொண்டேன். ரொம்பவும் கஷ்டப்பட்டுப் படிக்காதே. வெளியில்போய் மக்களைச் சந்தித்து சகஜமாகப் பழகி நண்பர்களைப் பெறுவதில் வெற்றி கொள். மாணவர்கள் பட்டம் பெறுவதற்காக எத்தனை புத்தகங்களைப் படிக்கிறார்கள் என்பதை நீயே யோசித்துப்பார். அவர்களை விரல்விட்டு எண்ணிவிடலாம். சூ ஹ்சியின் நான்கு நூல்கள், ஒருவேளை செவ்வியல் நூல்களில் மூன்று, இவைதான் படித்ததாக இருக்கும். தேர்வில் தேறியவர்களெல்லாம் அறிவாளிகள் அல்லர். முட்டாளாக இருக்காதே. நான் சொல்வதைக் கேள். உன் புத்தகங்களை மூட்டை கட்டி வை."

அவள் சொன்ன வார்த்தையைக் கேட்டு வியப்புற்ற அவன் மனமுடைந்துபோனான். அவள் சொன்ன அறிவுரையை அவன் ஏற்றுக்கொள்ளத் தயங்கினான். நீ வெற்றி பெறவேண்டுமானால், நான் சொல்வதை நீ கேட்டே ஆக வேண்டும். "புத்தகங்களையும் அறிவார்ந்த ஆராய்ச்சியினையும் மறந்துவிடு, இல்லையென்றால் நான் உன்னைவிட்டுப் போய்விடுவேன்." வேண்டாவெறுப்போடு அவன், அவள் சொன்னதற்குக் கட்டுப்பட்டான். ஏனெனில், அவளது தோழமையைப் பாராட்டியதோடு அவளை மிகவும் விரும்பினான். அந்தக் கணமே அவனது கண்கள் புத்தகத்தின்மீதுதான் சென்றன. அதில் அவன் மனம் கரைந்துபோனது. அவன் உரக்க வாசிக்கத் தொடங்கினான். ஒரு நாள் சுற்றும்முற்றும் பார்க்கையில், அவள் எங்கோ மறைந்துபோனாள். அவள் வருகை வேண்டி

இராம.குருநாதன்

அமைதியாகப் பிரார்த்தனை செய்தான். அவனுக்கு ஞாபகம் வரவே, ஹேறன் வம்ச வரலாற்றுத் தொகுதி எட்டிலிருந்து அவள் வந்ததை நினைத்துக்கொண்டான். அந்தப் புத்தகத்தைத் திறந்தான். அடையாளச் சீட்டு வைக்கப்பட்டிருந்த அதே பக்கத்தில் அவள் இருந்ததைக் கண்டுகொண்டான். அவளை அழைத்தான். ஆனால், படத்திலிருந்த அவள் அசைவின்றி இருந்தாள். அவனது நிலை இரங்கத்தக்கதாய் ஆனது. வெளியே வருமாறு கெஞ்சினான். அவளிடம் மன்னிப்புக் கேட்டுக்கொண்டு பணிந்துபோவதாகச் சத்தியம் செய்தான். அவள் மறுபடியும் புத்தகத்திலிருந்து வெளியே வந்தாள். அவள் இன்னும் கோபம் மாறாதிருந்தாள்.

'இந்த முறை நீ மட்டும் நான் சொன்னதைக் கேட்கவில்லையென்றால், நான் உன்னைவிட்டு விலகிப் போய்விடுவேன், தெரிந்துகொள். என்றாள்.

லாங்க் அவள் சொன்னதை ஏற்றுக்கொள்வதாய்க் கூறினான். அவனுக்குச் சதுரங்கம் விளையாடக் கற்றுக்கொடுத்தாள். சீட்டாட்டம் பற்றியும் சொல்லிக் கொடுத்தாள். ஆனால் அவன் மனம் அவற்றிலெல்லாம் ஈடுபாடு கொண்டதாய்த் தெரியவில்லை. அவன் தனிமையில் இருக்கும்போது அவளுக்குத் தெரியாமல், திருட்டுத்தனமாக, அதேசமயம் அவள் எங்கே தன்னைவிட்டுப் போய்விடுவாளோ என்ற அச்சமும் இருந்தது. அந்தப் புத்தகத்தை, தொகுதி எட்டில் வேறு ஒரு ஷெல்பில் ஏனைய புத்தகங்களுக்கிடையே மறைத்து வைத்தான்.

ஒருநாள் அவள் வந்தது தெரியாமல் அவன் படிப்பில் மூழ்கி இருந்தான். அவளைப் பார்த்த மாத்திரத்தில் அந்தப் புத்தகத்தை மூடினான். ஆனால் அவள் அக்கணமே போய்விட்டாள். அவன் வெறித்தனமாகப் பித்துப்பிடித்ததுபோல ஆனான். எல்லாப் புத்தகங்களையும் தேடிப் பார்த்தான். பயனில்லாமல் போனது. தொகுதி எட்டு எங்கே என்று அவளுக்குத் தெரிந்திருக்குமோ? அவன் அந்தப் புத்தகத்தை மறுபடியும் பார்க்க, அதே பக்கத்தில் இருந்தது அவளது படம்.

இனி ஒருபோதும் புத்தகத்தை மறுபடியும் திறக்கமாட்டேன் என்று அவளிடம் கூறிய நீண்ட உறுதிமொழிக்குப் பின், அவள் சுட்டுவிரலைக்காட்டி எச்சரிக்கை செய்துவிட்டுக் கூறினாள், "நான் உன்னை ஒரு உயர்அதிகாரியாக ஆக்க நினைத்தேன். அதில் நீ வெற்றி பெறுவாய் என எண்ணினேன். நீயோ நான் எவ்வளவு சொல்லியும் கேட்காமல் முட்டாள்தனமாக நடந்துகொள்கிறாய், இதுதான் உனக்குக் கடைசி முறை. பொறுமை காக்கிறேன்.

"மூன்றுநாள்களுக்குள் சதுரங்கம் விளையாடுவதில் உன்னிடத்தில் முன்னேற்றம் காணப்படாவிட்டால், ஒரேயடியாக உன்னைவிட்டு

விலகிவிடுவேன். அடையாளமற்ற அறிஞனாக நீ இறந்துபோய் விடுவாய்!" என்றாள்.

மூன்றாவது நாள், இரண்டு சதுரங்க ஆட்டத்தில் அவன் வெற்றி பெறவே, மிஸ் யென்னுக்கு மகிழ்ச்சி பொங்கியது. அதன்பிறகு அவனுக்கு ஏழு நரம்புகள்கொண்ட இசைக்கருவியை மீட்டக் கற்றுத்தந்தாள். ஐந்து நாள்களுக்குள் இசையில் வித்தகனாய் விளங்கவேண்டும் என்று கேட்டுக்கொண்டாள். அவளிடம் அளித்த உறுதிமொழியை அடுத்து இசையில் கவனம் செலுத்தியதோடு, அவனது விரல்கள் விரைவுடன் இலகுவாக வாசிக்கக்கூடியதாயின. அவன் அதில் முழுத்தகுதி பெற்றிராவிட்டாலும் அவன் இசையைக் கற்றுக்கொள்ளவேண்டும் என்று விரும்பினாள்.

லாங்க் பட்டறிவைக் கண்டுகொண்டான். குடிப்பதையும் சூதாட்டத்தையும் கற்றான். கூட்டங்களில் கலகலப்பாகவும் மற்றவரோடு பழகும்போது இணக்கமாகவும் பழகினான்.

மிஸ் யென், மாமன்னரின் அறிவுரையான வார்த்தைகளைப் பார்த்துவிட்டுக் குறிப்பிட்டாள். பாதி கதையைத்தான் நீ அறிந்திருக்கிறாய். அவனுக்கு ரகசியமான, பரிபாஷையான 'வெற்றிக்கு உண்மையான பாதை' என்ற நூலைக் கொடுத்தாள். அந்தச் சிறிய நூலிலிருந்து அவனுக்குப் பலவற்றைக் கற்பித்தாள். ஒருவர் மனத்தில்என்ன இருக்கிறதோ அதனை வெளிப்படையாகச் சொல்லக்கூடாது; மனத்தில் இல்லாததைச் சொல்லலாம்; எல்லாவற்றையும்விட முக்கியமானது, யாருடன் ஒருவர் உரையாடுகிறாரோ அவரது மனத்தில் இருப்பதை அவரிடம் சொல்லலாம்.

மிஸ் யென் எதிர்பார்த்தபடி அவன் சரியான மாணவன் இல்லை. இருந்தாலும் அவனிடம் பொறுமையைக் கடைப்பிடித்தாள். அவன் மனத்தில் இல்லாததைச் சொன்னால், குறைந்தபட்சம் நான்காவது அல்லது ஐந்தாவது வரிசைப்பட்டியலில் இருப்பான் என்று உறுதிபடத் தெரிவித்தாள். இல்லையேல், அவன் மனத்தில் இருப்பதைச் சொல்லாவிடில் அது அவனை ஆறாவது வரிசைப்பட்டியலில் ஒரு மாவட்ட மாஜிஸ்ட்ரேட்டைப் போல ஆக்கிவிடும்.

வரலாற்றை நோக்கினால் முதல் வரிசைப்பட்டியலில் இருப்போர் ஆளுநர்கள், அமைச்சர்கள், பிரதமர்கள் ஆகியோரை எடுத்துக்கொண்டால், அவர்கள் தங்கள் மனத்தில் உள்ளதில் பாதிதான் வெளிப்படுத்துவார்கள்; கடைசி வாய்ப்பிற்குத் தேவையானவை பயிற்சியும், சொல் வன்மையும்தான். இந்தக் கலையில் லாங்க் குறைந்தபட்சம் பேச்சில் வல்லவனாக இருக்கவேண்டும். அதாவது மற்றவர் மனத்தில் என்ன இருக்கிறது என்று சொல்லவேண்டும். அதுதான்

அடிப்படையானது. அது அவனை ஏழாவது வரிசைப்பட்டியலான ஹிசியன் மாஜிஸ்ட்ரேட் டை போன்ற வேலையைப் பெற்றுத்தரும். அது எளிமையான ஒன்று. அதாவது, எல்லாவற்றிற்கும் 'நீ சொல்வது சரிதான்' என்று எப்போதும் சொல்லிக்கொள்வதை நினைவில் வைத்திருக்கும்படியான வேலை அது. அதனை லாங்க் இலகுவாகக் கற்றுக் கொண்டான்.

நண்பர்களைச் சந்திக்கவும், இரவு நேரங்களில் குடியிலும், கேளிக்கை விருந்துகளில் பங்குகொள்வதற்குமாக அவனை மிஸ் யென் அனுப்பிவைத்தாள். நண்பர்கள் பலரும் அவனிடத்தில் பெரும் மாற்றத்தைக் கண்டு வியந்தனர். மிக விரைவில் அவனுக்குக் குடிமகன், சூதாடி, நல்ல பயல் என்ற சிறுமரியாதைகள் கிடைத்தன.

மிஸ் யென் அவனிடம் சொன்னாள்: "இப்போதுதான் நீ ஒரு அதிகாரியாவதற்குத் தகுதியானவன்"

தற்செயலாகவோ அல்லது எதிர்பாராத நிகழ்வாகவோ, அந்தப் பெண் அவனது மனித இனம் குறித்த கல்வியின் கடைசிப்பாடத்தை அவனுக்கு வழிகாட்டியாக இருந்து திறமையாய்க் கற்பித்தாள். ஒருநாள் இரவு அவளிடம் தனக்கேற்பட்ட ஐயத்தைக் கேட்டான். "ஆணும் பெண்ணும் ஒன்றாகப் படுத்திருக்கும்போது அவர்கள் குழந்தை பெறுகிறார்கள். நீண்டகாலம் நான் உன்னோடு ஒன்றாக உறங்கியிருக்கிறேன். நாம் ஏன் குழந்தை பெற்றுக்கொள்ளவில்லையே, எப்படி இது?"

"எல்லா நேரங்களிலும் புத்தகங்கள் படித்தால் இப்படித்தான் மர மண்டையாக இருக்க வேண்டிவரும் என்று நானே உனக்குச் சொல்லியிருக்கிறேன், என்று சொல்லிவிட்டுத் தொடர்ந்தாள்." இப்போது உனக்கு வயது முப்பத்திரண்டு. மனித வாழ்க்கையின் முதல் அத்தியாயமே உனக்குத் தெரியவில்லையே. நீ என்னடாவென்றால் உன் அறிவைப் பற்றித் தம்பட்டம் அடித்துக்கொள்கிறாய். உன்னைப் பார்த்து வெட்கப்படுகிறேன்.

"என் அறியாமையைக் கண்டு என்னை யாரும் கடிந்துகொள்ளமாட்டார்கள்" என்று பதில் சொல்லிவிட்டு, யார் வேண்டுமானாலும் என்னைத் திருடன் என்றோ, பொய்யன் என்றோ அழைக்கட்டும். ஆனால் நான் அறிவில் குறைந்தவன் என்று யாரும் என்னைச் சொல்லமாட்டார்கள். மனித வாழ்வின் முதல் அத்தியாயம் என்று பேசினாயே, அந்த மகிழ்ச்சியில் என்னைத் திளைக்கச் செய்வாயா?

மிஸ் யென், ஆண் - பெண் மர்ம ரகசியங்களை அவனுக்கு எடுத்துச் சொல்லவும் அவன் பெரிதும் வியந்ததோடு அல்லாமல், அது பேரின்பம் தருவதாக அறிந்துகொண்டான். ஆணுக்கும்

பெண்ணுக்கும் இடையே இப்படிப்பட்ட உறவில் இன்பம் இருக்கும் என்பதை நான் இதுவரை உணர்ந்ததில்லை" என்றான்.

அவன், தான் அறிந்துகொண்ட இந்தப் புதிய கண்டுபிடிப்பை அவனுடைய நண்பர்களிடம் சொன்னபோது, அவர்களுக்கு வந்த சிரிப்பை உள்ளூர அடக்கிக் கொண்டனர். இந்த விஷயம் மிஸ் யென்னுக்குத் தெரிந்ததும் வெட்கம் அடைந்ததோடு, அவனை 'நீ எப்படி இவ்வளவு மரமண்டையாக இருக்கிறாய்' என்று சொல்லித் திட்டித் தீர்த்தாள். படுக்கையறை நெருக்கங்களையெல்லாம் நண்பர்களிடையே யாரும் பகிர்ந்துகொள்ள மாட்டார்கள், இது தெரியாதா உனக்கு?"

"இதில் வெட்கப்பட என்ன இருக்கு" என்றான் அவன். முறையற்ற செயல் என்றால் அது இழிவாகக் கருதப்படலாம் என்பதை அறிவேன். ஆனால், இல்லற வாழ்க்கையின் அஸ்திவாரமான இத்தகைய உறவை வெளிப்படுத்துவதால், இதில் வெட்கப்படத் தேவை இல்லை" என்று தொடர்ந்தான்.

மிஸ் யென்னுக்கும், லாங்க்குக்கும் குழந்தை பிறந்தது. குழந்தையைக் கவனிக்க ஆயா ஒருத்தியை ஏற்பாடு செய்தனர். குழந்தைக்கு ஒரு வயது ஆகும்போது, அவனுடைய மனைவி சொன்னாள். "உன்னோடு இரண்டு ஆண்டுகள் இருந்துவிட்டேன். அதன் பயனாகக் குழந்தையும் பிறந்தது. இப்போது நான் உன்னைவிட்டுப் பிரியும் நேரம் வந்துவிட்டது. இதுக்குமேல் நீண்டநாள் இருப்பதென்றால் எனக்கு அச்சமாக இருக்கிறது. என்மீது நீ கொண்டிருந்த நம்பிக்கையின் அடிப்படையில்தான் இங்கு வந்து உனக்குப் பரிசளித்தேன். இப்போது நான் 'குட்பை' சொல்லி விடைபெறுவதுதான் நல்லது. பிறகு வருத்தப்படாதே!

"இல்லை. நீ என்னை விட்டுப் பிரியக்கூடாது. என்னைவிட்டு விலகவும் முடியாது. நம் குழந்தையின் நிலையை எண்ணிப் பார்த்தாயா?"

அவள் அந்த அழகிய குழந்தையைப் பார்த்தாள். இரக்கம் மேலிட்டது. "நல்லது, நான் இங்கேயே இருக்கேன். ஆனால் ஒரு நிபந்தனை. நூலகத்தில் இருக்கும் புத்தகங்களையெல்லாம் நீ அகற்றி விடவேண்டும்."

'டார்லிங்' என்று சொல்லிவிட்டுப் பேச்சைத் தொடர்ந்தான். "நான் உன்னைக் கேட்டுக் கொள்வதெல்லாம், நீ இங்கே இருக்கவேண்டும் என்பதே. ஆனால், செய்ய முடியாததைத் தயவுசெய்து செய்யச்சொல்லாதே, இந்த நூலகம் எனது இல்லம். இந்த உலகில் நான் மதிப்பதெல்லாம் அதுவே. உன்னை இறைஞ்சிக் கேட்கிறேன். நீ சொல்வது எதை வேண்டுமானாலும் செய்கிறேன். நீ சொன்ன இதைத் தவிர!"

அந்தப் பெண் அவன் சொன்னதற்கு இணங்கினாள். புத்தகங்களை அகற்றச் சொன்னதைப் பற்றி மேலும் அவனிடம் எதுவும் சொல்லாமல், அவனோடு தங்குவதற்கு இசைந்தாள்.

“நான் இதைச் செய்யக்கூடாது என்று எனக்குத் தெரியும். இருப்பினும், எதையும் விதியல்லவா தீர்மானிக்கிறது. நான் உன்னை எச்சரிக்கை செய்தேன். அவ்வளவுதான்” என்று அவனிடம் கூறினாள்.

மிஸ்டர் லாங்க், விசித்திரமான ஒரு பெண்ணை மணந்துகொண்டு குழந்தையும் பெற்றுக்கொண்டான் என்ற செய்தி-கதையாகப் பரவியது. அந்தப் பெண் எங்கிருந்து வந்தாள், அவர்கள் திருமணம் செய்துகொண்டது எப்போது இவையெல்லாம் அவனது அண்டை வீட்டார்க்கு ஒருபோதும் தெரிந்தபாடில்லை. சிலர் அவனிடம் கேள்வி எழுப்ப, அதற்குப் பதில்சொல்லாமல் நழுவினான்.மனத்தில் இருப்பதைச் சொல்லக்கூடாது என்பதை முன்பே அவன் அறிந்துவைத்திருந்தான். ஏதோ ஒரு தீய சக்திதான் அவன் குழந்தை பெறக் காரணமாக இருந்திருக்கிறது என்ற வதந்தி பரவியது. அல்லது மர்மமான முறையில் ஒரு பெண்ணால் நிகழ்ந்திருக்கிறது என்றும் செய்தி பரவியது.

இந்தச் செய்தி ஷிஹ் என்னும் பெயருடைய மாஜிஸ்ட்ரேட் காதுகளுக்கு எட்டியது. அவர் ஃபூச்சூ மாவட்டத்தைச் சேர்ந்தவர். இளம்வயதில் பட்டம் பெற்ற அவர், ஒரு தாறுமாறான பேர்வழி. அவன், தனக்கென்று ஓர் அடையாளத்தைத் தக்கவைத்துக்கொண்டவன். லாங்கை வருமாறு சொல்லி அவனுடன் வாழ்ந்த அந்தப் பெண்ணைப் பார்க்க ஆவல் கொண்டார்.

மிஸ் யென், ஒரு சுவடும் தெரியாதவாறு மறைந்துபோனாள். லாங்க் நீதிமன்றத்திற்கு அழைத்துவரப்பட்டான். அவனைத் துன்புறுத்திக் கேள்வி கேட்டும், அவன் குழந்தையின் தாய்பற்றிய ரகசியத்தைச் சொல்ல மறுத்துவிட்டான்.

மாஜிஸ்ட்ரேட், குழந்தையைப் பாதுகாத்து வந்த பணிப்பெண்ணிடமிருந்து செய்திகளை அறிந்துகொண்டார். அவளுக்குத் தெரிந்ததை அவரிடம் சொன்னாள். தீயசக்தி கொண்ட மாய உருவை அவர் நம்பியதில்லை. லாங்க் வீட்டுக்கு வந்து அவர் எல்லா இடங்களையும் சோதனையிட்டார். தடயம் ஒன்றும் கிடைக்கவில்லை. மூடநம்பிக்கையில் நம்பிக்கை இல்லாத அவர், அதனை மெய்ப்பிக்க எண்ணி லாங்க் வீட்டிலிருந்த எல்லா நூல்களையும் வெளியே கொண்டுவந்து எரிக்குமாறு கட்டளை இட்டார். நூல்கள் சாம்பலாயின. அவற்றின் புகை அந்தப் பகுதியில் சில நாள்களாக எரிந்து பனிப்படலத்தைப் போலாயிற்று.லாங்க் வழக்கிலிருந்து விடுவிக்கப்பட்டான். நூல்கள் சாம்பலாகிப் போனதைக் கண்டான். அவற்றிலிருந்து இனி மீட்கவேமுடியாத அவனுடைய காதலியை இழந்துபோனான். மிகுந்த கோபம் கொண்டவனாய், அவன் மாஜிஸ்ட்ரேட்டைப் பழிக்குப்பழி வாங்கவேண்டும் என உறுதிபூண்டான்.

அவர் வகித்துவரும் அந்த அதிகாரப் பதவியைத் தான் எப்படியாவது பெற்றுவிடத் துடித்தான். அந்தப் பெண் முன்னே சொன்ன அறிவுரைப்படி, அவன் விரைவிலேயே குறிப்பிடத்தகுந்த முன்னேற்றத்தை தன் நண்பர்கள்மூலமாக அடைந்தான். அவனுக்கு அவர்கள் உதவ விரும்பினர். முகவரி அட்டையை முக்கியமான வீடுகளில் கொடுத்தான். மேல்மட்டத்தில் வசிக்கும் பெண்களிடம் தனிமரியாதை காட்டினான். அவனுக்கு வேலை கிடைப்பது உறுதியானது.

அவன் மிஸ் யென்னையோ அல்லது அவனது நூலகத்தில் உள்ள நூல்களை எரித்தவனையோ மறக்கவில்லை. மிஸ் யென்னுக்காக ஊதுவத்தி கொளுத்தித் தினமும் அவளை வழிபட்டுவந்தான். நினைத்தது நிகழவேண்டும் என்று வேண்டிக்கொண்டான். "எனது பிரார்த்தனையைக் கவனி! ஃபூச்சூவில் எனக்கு ஒரு வேலை கிடைப்பதற்கு அருள்புரிவாயாக" என்றுசொல்லி வழிபட்டான்.

அவன் செய்த பிரார்த்தனைக்குப் பலன் கிடைத்தது. ஃபூச்சூ மாவட்டத்தில் அவன் இன்ஸ்பெக்டராக நியமிக்கப்பட்டான். அதிகாரிகளின் ஆவணங்களைப் பரிசோதனை செய்யும்படியான வேலை அது. ஆவணங்களைச் சரிபார்ப்பதிலும், சோதனை செய்வதிலும் அவன் தனிக்கவனம் செலுத்தத் தொடங்கினான். குறிப்பாக, மாஜிஸ்ட்ரேட் ஆவணத்தைப் பரிசோதித்தான். அவரது ஊழலையும், பதவியைத் தவறான முறையில் செயற்படுத்தியதையும் கண்டுபிடித்தான். அவர்மீது குற்றம் சுமத்தினான். அவரது சொத்துகள் பறிமுதல் செய்யப்பட்டன.

இவ்விதத்தில் மனநிறைவு பெற்ற லாங்க், விலகல் கடிதத்தை மேலிடத்திற்கு அனுப்பிவிட்டுத் தன் குழந்தையைக் கவனித்துக்கொள்ள ஃபூச்சூவிலிருந்து ஒரு பெண்ணை அழைத்துக்கொண்டு வீடு திரும்பினான்.

மழலை

ஷாங்க்வெய்மிங்க்

பள்ளிச்சிறுவனான லிட்டில் யூ, கிண்டர் கார்டனுக்குச் செல்லும் வழியில், அம்மாவை வியந்து பார்த்தபடி அவள் நயந்து கூறுவதைக் கேட்டவாறே பிடிவாதத்தோடு தலையசைத்துக் கொண்டிருந்தான். அம்மா மெல்ல அவனுக்கு அறிவுரைத்தாள். “நீ நல்ல பையனா நடந்துக்க, அப்பா நடுராத்திரிதான் வருவார். நீ அவரருகில், அதுவும் நடுவில் படுத்துக்கொண்டால், தூக்கத்தில் காலால் அவரை உதைத்துவிடுகிறாய்” என்றாள்.

“அம்மா, நான் காலை அசையாது வைத்தபடிதான் தூங்குகிறேன்” என்றான். அவன் படுக்கையின் நடுவிலிருந்து நகரமாட்டான். “அப்பாதான் எப்போதும் வெளியே போய்விடுகிறார்” என்றான் கண்களில் நீர் ததும்ப.

“நான் அவர் அருகில்தான் படுப்பேன்; அப்பாகிட்டேயே படுக்கப்போறேன்” என்று மீண்டும் சொன்னான்.

அவனுடைய அப்பா மின்சார மழித்தல் கருவியை அணைத்துவிட்டு அவனது காதை மெதுவாகத் திருகினார். “ஓ.கே, யூ! நீ என்கிட்டேயே படுத்துக்கொள்ளலாம். உன் அப்பா உனக்கு நடுவே-படுத்துக் கொள்வார். நீ உள்ளேயே படுத்துக்கொள்ளலாம்! அதுதான் நல்ல இடம்.”

“நான் அம்மாகிட்டப் படுக்கமாட்டேன்” என்றான் வெறுப்பாக. நல்ல இடம் என்று அவர் சொன்னதை அவன் ஏற்றுக்கொள்வதாய் இல்லை. அவன் எண்ணத்தை மாற்றிக்கொள்ளவும் இல்லை.

“நீ இப்படியெல்லாம் அடம் பிடிச்சா அம்மாவுக்குப் பைத்தியமே பிடித்துவிடும், அப்புறம் நானும் திரும்பி இங்கே வரமாட்டேன்.”

“அவர் வருவார், கண்டிப்பாகத் திரும்பிவருவார். எங்க ஸ்கூல்லே என்னோட படிக்கிற பசங்க எல்லோரும் அவுங்க அவுங்க அம்மா, அப்பா பக்கத்துலேதான் படுத்துகிறாங்க. நான் மட்டும் அப்பா இல்லாம எப்படிப் படுத்துக்கிறதாம். நான் மட்டும்தான் அப்படி” என்று சொல்லிவிட்டு யூ சத்தமின்றி மெதுவாக அழுதான்.

இறுகிய அவரது முகம் குழைந்தது மகனை அணைத்துக்கொண்டார்; அப்பா. நடுவிரல் பாதி இழந்த நிலையில் இருந்த அவரது கைகளால் மெல்ல மகனைத் தட்டிக் கொடுத்தார். “நீ நடுவிலே படுத்துக் கொள்ளலாம். நமக்கு யாராவது தொல்லை கொடுக்கிறாங்களா? அதை அப்பா கவனிச்சுக்குவார்.”

அம்மா-சூ செங்க் மகனைத் திட்டினாள். “ஏண்டா அவர் பெயரைக் கெடுக்கிறே?”

அவன் சிரித்துக்கொண்டே அம்மாவைப் பார்த்துக் கண் சிமிட்டினான். யூ அழுகையை நிறுத்திவிட்டு மீண்டும் சிரிக்கத் தொடங்கினான். புதிய தாமரைத் தண்டு அசைவதைப்போலக் கால்களை அசைத்தபடி ஆடலானான். படுக்கையின்மீது குதியாட்டம் போட்டுப் பாடவும் தொடங்கினான்.

ஒரே ஆர்ப்பரிப்புத்தான்! “உன் அப்பா எல்லா நாளும் காலையில் ரொம்பக் களைப்பாத்தான் வர்றார்.” என்று சொல்லிமுடித்துவிட்டு விளக்கை அணைத்தாள். இரவு விளக்கு கனவுமயமாகச் சிவப்பு நிறத்தில் ஒளிர்ந்தது.

“அப்பா” மகனின் மூச்சுக்காற்று மெலிதாகவும், வெப்பக்காற்றோடும் இருந்த சூழலில் இனிய பால் மணம் கமழ்ந்தது.

“நாளைக்கு எங்கேயாவது என்னை அழைத்துச் செல்லுங்கள்.”

“இல்லை, நாளைக்கு எனக்கு வேலை இருக்கிறது, வெளியே போகவேண்டியிருக்கிறது.”

“சரி, ஒரு தடவை, கிண்டர் கார்டனுக்காகவாவது அழைச்சுக்கிட்டுப் போங்க.”

“நீ இப்பத் தூங்கப்போறியா, இல்லையா?” வெகுண்டு சொன்னாள் அம்மா.

“நான்தான் சொல்லியிருக்கிறேன்ல. நாளைக்குக் காலை இரண்டு மணிக்கு அவர் வெளியே புறப்பட்டுப்போவார்னு.”

யூ தனக்குள்ளாகச் சிரித்துக்கொண்டான். அம்மாவின் காதில் ஏதோ கிசுகிசுத்தான். “நாளைக்கு அப்பா போகப்போறதில்லே, பாரேன்”

“அவர் உன்னிடத்துச் சொன்னாரா?”

"அவரோட ராணுவத் தொப்பியை ஒளிச்சு வைச்சுட்டேன், அதனால அவர் போகமுடியாது."

அம்மா சிரித்தாள், அப்பாவும் சிரித்தார், யூவும் சிரித்தான். ஆர்ச்சிட், மலராக மாறியது எரிந்துகொண்டிருந்த இரவு விளக்கு. நிலவு வெளிச்சத்தில் மூங்கிலின் நிழல், திரைமீது விழுந்து தூரிகையின் ஓசைபோல மெலிதாய்க் கேட்டது.

"அப்பா, போனதடவை போகமாட்டேன்னு சொல்லிவிட்டுக் கதைசொல்லாமல் போயிட்டீங்க, இப்பயாச்சும் ஒரு கதை சொல்லணும்."

"ரொம்பச் சின்ன கதையாச் சொல்லட்டுமா?"

"பெரிய கதையா சொல்லு."

இரண்டுக்கும் இடைப்பட்ட கதையாக ஒரு கதையைச் சொன்னார். 'இடையிலே நீ தூங்கிட்டா சொல்றத நிறுத்திக்கிடுவேன்'

"ஒரு காலத்திலே ஒரு குழந்தை புல்வெட்டிக் கொண்டு இருந்தது. ஆசிரியர் அவனைப் பார்த்து ஒரு கேள்வி கேட்டார்: "நீ எதற்காகப் புல்வெட்டுகிறாய்?"

"பணம் வேணும் என்பதற்காக."

"பணத் தேவை எதற்கு?"

"வீடு கட்ட."

"வீடு ஏன் கட்டவேண்டும்?"

"மனைவியைத் தேட."

"இப்படிச் சொல்ல உனக்கு யார் கற்றுக்கொடுத்தா?'

"அப்பா."

"யாரு, உங்கப்பா?'

"கண் தெரியாத மேன் செங்க்."

"நீ எதுக்காக மனைவியைத் தேடணும்?"

"பிள்ளை பெத்துக்க."

"பிள்ளை ஏன் பெறணும்?"

"புல் வெட்ட."

"குழந்தை, வா படிக்கலாம் என்னோட! படித்தால் வறுமையிலே நீ வாடவேண்டியிருக்காது."

கதைக்கு இடையில், யூ கேட்டான், "பிறகு என்ன நடந்தது?"

“பிறகென்ன ! பையன் பள்ளிக்கூடம் போனான், பெரியவனா வளர்ந்தான்.”

“அதுக்கப்புறம் என்ன நடந்தது?”

இடையில் அம்மா குறுக்கிட்டாள், “அவன் வளர்ந்து ஒரு வீரனாக ஆனான். அதன்பிறகு அவனுக்கு ஒரு பையன். அந்தப் பையன் புல்வெட்டவில்லை. ஆனா, குறும்புக்காரப் பையன். அதுக்குப் பிறகு, போருக்குப் போனான்.” அந்தப் பையன் அவனுடைய அம்மாவைப் பார்த்துக் கேட்டான்: “ஏன் அப்பா வெளியே போறார்? அம்மா பதில் சொன்னார். புல்வெட்ட என்றாள். பையனை முதுகில் சுமந்து கொண்டு அம்மா அழுதாள். அதுக்குப் பிறகு வீட்டுக்கு அவர் தாமதமாகத்தான் வருவார். வந்தாலும் பாதி நேரந்தான் வீட்டில் இருப்பார்.

“இன்னொரு கதை சொல்லு”

“நான் பாடிய பாட்டு எப்படி இருந்துச்சு” என்றான் யூ.

”கண்ணை மூடு”

நான் பாடும்போது முதுகைத் தடவிக் கொடுத்தேன்.

“துடுப்பைப் போடுகிறேன் அலைகளூடே பயணிக்கிறது சின்னப் படகு” என்று பாடினாள் அம்மா.

கர ஒலி எழுப்பினாள். நீண்டநேரம் பாடினாள். தூரமாய்க் கேட்டது பாட்டு. கரவொலி அடங்கிப்போனது. ஐந்தாவது பாடலைப் பாடி முடித்ததும் அவளும், அவர்களுடைய மகனும் சரியாகப் படுத்துக்கொண்டனர்.

“யூ தூங்கிட்டான், சூசெங்க்!”

அவளுடைய கணவன் குறட்டைவிட்டான். ஆழ்ந்த நித்திரை. அவனது தோள்களில் முத்தமிட்டாள். வியர்வை வாடை.

கைகை மடக்கிப் படுத்துக்கொண்டாள். அவளது முகம் வெளிறிற்று. அலாரம் கொடூரமாக ஒலித்தது.

அந்த நிலவொளி, படுக்கையில் நிழலாகப் படர்ந்து அவர்களை விரைந்து கடந்தது.

“ஒரு மணி”

“எழுந்திரு, சூசெங்க்!”

புரண்டு படுத்தான். வாயை ஏதோ மெல்லுவது போன்றிருந்தது. குறட்டை ஒலிவேகமானது. நீண்டநேரமாய்க் கேட்டது.

அவள், அவனது தோளை முத்தமிட்டாள். கொஞ்சம் கிள்ளிப் பார்த்தாள். தூக்கம் வருவதுபோல் நடித்தாள்.

அவன் எழுந்து உட்கார்ந்துகொண்டான்.

"என்ன நடக்கிறது, இங்கே?"

படுக்கையில் இருந்து எழுந்தவன், 'வாட்ரோபில்' மோதிக்கொள்ளும்போது, தட்டுத்தடுமாறி எதையோ தேடினான். எதற்காகவோ தூற்றினான்.

திடீரென்று அமைதி நிலவியது. அந்த அறை சிவப்பாய் ஒளிர்ந்தது, அவளது முகம்போல!

▰ ▰ ▰

கொள்ளுப்பாட்டி

பீ ஃபெய்யூ

காலத்தின் கடைசி விளிம்பில் இருந்த அந்த மூதாட்டி வாழ்க்கையின் எல்லா அர்த்தங்களையும் அனுபவ அறிவால் அறிந்தவள். ஒரு நூற்றாண்டு வரலாறு அனைத்தையும் உள்ளடக்கியது அவளது வாழ்க்கை. வாழ்நாள் முழுதும் அவள் மௌனியாகவே இருந்திருக்கிறாள். ஒரு காலகட்டத்தில் என்னுடைய தாத்தாவின் தலைமுறை கழிந்தாலும், இந்த மூதாட்டி மட்டும் உயிரோடு இருந்து தன்னுடைய பேரன், பெயர்த்திகளின் தலைமுறை இடைவெளியைக் கண்டுகொண்டு இருப்பவள். கண்புரை நோய்க்கு அவள் ஆட்பட்டிருந்தாலும் மனித எல்லைக்கு அப்பால் ஒவ்வொன்றையும் ஊடுருவிப் பார்ப்பவள். எல்லையற்று விரிந்து பரவிக்கிடக்கும் பிரபஞ்சம் சுருங்கிவருவதையும், வாழ்க்கையின் நானாவிதச் செயற்பாடுகளையும் பார்க்கும்படியான பார்வையையும் கொண்டவள் அவள். இந்த நாளில் அவள் பின்னீடான குயிங் ஆட்சியின் சம்பிரதாயங்களையும், பழக்கவழக்கங்களையும் அவற்றின் போக்கினையும் பின்பற்றி வருபவள். அவள் குளித்து அறிந்ததில்லை. வருடம் முழுவதும் ஒரே இடத்தில் இருந்துகொண்டு அசையாது இருப்பவள். சவப்பெட்டியின் நாற்றத்தோடு அதன் ஆணி அவள்மீது தொங்கிக்கொண்டிருக்கும். ஓர் அறையில் தன்னந்தனியாக கிடப்பவள். அவள் பல்துலக்கிப் பார்த்ததில்லை. விமான ஊர்தி என்பதெல்லாம் அவள் அறியாதது. அதையெல்லாம் பொய் என்று நினைப்பவள். தொலைக்காட்சியை அவள் நாடியதில்லை. அவளுக்குத் தன் சொந்தப் பகுதியில் பேசப்படும் மொழி ஒன்றையே அறிவாள். வேறொன்றையும் அறியாள். மண்டாரின் மொழியை ஒலிபரப்பும் வானொலியைக்கூட அறிந்துவைத்திராதவள்.

இராம.குருநாதன்

காலை நேரங்களிலெல்லாம் மூதாட்டி அறையிலேயே பெரும்பாலான பொழுதைக் கழிப்பாள். ஒரேவிதமான சடங்குகளையே கடந்த நூற்றாண்டுகளாகக் கடைப்பிடித்துவந்தவள். குயிங் ஆட்சிக் காலத்திய நடைமுறைப்படி அவள் தலைமுடியை வாரிமுடிந்திருப்பாள். அதன்பிறகு நேராக அமர்ந்துகொண்டு ஒரு வார்த்தைகூடப் பேசாமல், எந்தக் காட்சி அவளுக்கு முதன் முதலாகத் தென்படுகிறதோ, அதையே பல மணிநேரம் உற்றுப் பார்த்துக்கொண்டிருப்பாள். அவள் நோக்கும் பார்வையில் இருந்து ஒருவித தத்துவம் பொதிந்திருப்பதுபோலத் தோன்றும். அவ்வாறு இருக்குமே தவிர, உண்மை பொய்போலவே தோன்றும். வரலாற்று முடிவுகள் எப்போதுமே இருண்மைப் படலத்தை மூடியதாகவே தோற்றம் அளிக்கும். ஒவ்வொரு குளிர் காலத்திலும் அவள் சூரிய ஒளியில் அமர்வாள். அவ்வொளி அவளைக் கடந்து அவள்மீது படாமல், அவளுக்குப் பின்னால் நிழலாக விழும். பத்தாண்டுகளுக்கு முன் மரத்தால் செய்யப்பட்ட செதுக்கப்பட்ட படிமமாகவே எனக்குத் தோற்றம் அளிக்கிறாள். பத்தாண்டுகளுக்கு முன் பெய்ஜிங்கில் ஒரு காலைப்பொழுதில், படிப்பதற்காகச் சென்றுவிட்டு மூதாட்டி எப்படி உள்ளாள் என்று அறிய அறைக்கு வந்து பார்த்தேன். அவள் முன்னமே எழுந்துவிட்டிருந்தாள். சன்னலருகே நின்றுகொண்டு சுருங்கிய கன்னங்களை காலச் சுருக்கங்களைச் சரிசெய்துகொள்பவளாய் இருந்தாள். அவள் அமைதியாக இருப்பதைப் பார்த்தால், தொன்மைச் சிறப்புடைய உடைந்துபோன 'போர்சிலின்' சில்லுத் துண்டுகள் நினைவுக்கு வரும். அவளால் பார்க்க இயலாது என்பது தெரிந்தும், நான் அருகில் வந்து கையசைத்தேன். மறுபடி அவளைப் பார்க்கமுடியாது என்று நினைத்தபோது வருத்தம் மிகுந்தது. பத்தாண்டுகளுக்குப் பிறகு, அவள் சன்னலருகே தொன்மைச் சின்னமென அமைதியாக நின்றுகொண்டிருந்தாள். இந்தத் தருணத்தில் ஒரு மகனுக்குத் தந்தையாக ஆகியிருந்தேன். கடந்த பத்தாண்டுகளை நான் எப்படி அநியாயமாகக் கழித்திருக்கிறோம் என்பதை நினைத்தேன். அந்தப் பத்தாண்டுகளில் அவளால் நகரமுடியவில்லை. போர்சிலினில் விழுந்த கீறல் கோடுபோல ஆனது பழகிப்போன பத்தாண்டு வாழ்வு.

தந்தை அவசரமாய் வரச்சொல்லி அனுப்பிய டெலிகிராம் தந்தியால் மனைவி, குழந்தையோடு வீடு திரும்பவேண்டியதாயிற்று. எனது வீடு நீண்ட தொலைவில் உள்ளது. தூசு படிந்த நகரின் குறுகிய பாதையின் கண் உள்ளது. அங்குச் செல்வதாயின் நீங்கள் ஐந்து திருப்பங்கள், பத்துக்கதவுகள் ஆகியவற்றைக் கடந்து செல்லவேண்டும். அந்த இடம் கரிய ஈரம்படிந்த குளிர்ந்த வாயிலை உடையது. மர அடுக்கு அறையில்தான் மூதாட்டி வசித்து வருகிறாள்.

பாட்டியின் உள்ளறை இருக்கிறதே அது ஒரு தனிஉலகம்.எனது வீட்டில் உள்ள அந்த அறையின் மூலை ஒரு புரியாத புதிர். அங்கு

செல்ல ஒருவருக்கும் அனுமதி இல்லை. நான் சிறியவனாக இருந்தபோது, அவள் சொன்னது நினைவு வந்தது. "நான் இறக்கும்வரை உள்ளே வருவதுபற்றிய எண்ணம் யாருக்கும் இருக்கக்கூடாது" என்று சொன்னாள். முன்பெல்லாம் அப்பா சொல்வார், "சாவைப் பற்றி இப்ப என்ன பேச்சு?" என்று அவளிடம். அந்த அறைக்குச் செல்லும் எண்ணமோ அல்லது அங்கு நுழைவது பற்றிய சிந்தனையோ எங்களில் யாருக்கும் இல்லை.

இம்முறை நான் திரும்பி வந்து வீட்டைப் பார்த்தேன். பல்வேறு மாற்றங்களைக் கண்டேன். அந்த இடம் சின்னாபின்னமாகிக் கிடந்தது. பொருள்கள் தாறுமாறாகிக் கிடந்ததோடு, வீட்டிலிருந்த பொருள்கள் அகற்றப்பட்டிருந்தன. அறைக்குச் செல்லும் மூன்றாவது திருப்பத்தின் மேற்குப் பகுதியில் இருந்த அண்டைவீட்டார் எல்லாவற்றையும் சுத்தப்படுத்தியிருந்ததைக் கவனித்தேன். மீதமிருந்தவை சில செங்கற்களும், சில மரத்துண்டுகளும்தான். இப்போது வீட்டின் ஒரு பகுதி நவீனமான அடுக்ககமாக உருவாகியிருந்தது. மற்றொரு பகுதி மூதாட்டியின் அறை. அது அப்படியே விடப்பட்டுத் தனித்திருந்தது. உதவிக்கரம் நீட்ட ஆளில்லாமல் அறையின் மேற்கூரை மரச்சவப் பெட்டிபோலத் தொங்கிக்கொண்டிருந்தது.

மாலை நேரத்தில் ஒருத்தி, மூதாட்டியை மாடியிலிருந்து இரவுச் சாப்பாட்டிற்கு அழைத்துவந்தாள். நான் நடந்தபடியே குரல் கொடுத்தேன். "பாட்டி" என்று. அவளது பார்வை என்னை நோக்கி இருந்தது. ஒரு நீண்ட இடைவெளிக்குப் பிறகு, 'இன்று மதியம் உனது காலடி ஓசையைக் கேட்டேனே" என்று சொன்னாள் என்னைப் பார்த்து.

என் மனைவியை வாழ்த்தச் சொல்லிக் கேட்டேன். நடுக்கத்தோடே அவள் என் மகனைப் பிடித்துக்கொண்டு நின்றாள். கொள்ளுப் பாட்டி யின்முன் அச்சமில்லாமல் நின்றாள். பாட்டியை என் மகன் எப்படி அழைப்பது என்று நான் அறிந்திருக்கவில்லை. அவன் இதுவரை அவள் மௌனியான நிலையில், பாட்டி மிகவும் பழைமையானவள் என்று அவனுக்கு நான் சொல்லக்கூடும். என் மகன் எதிரே நீண்டநேரமாய் நின்றான். அவனது அணிந்திருந்த உள்ளாடையை நோக்கினாள். பிறகு பாட்டி சிரிக்கலானாள். அவள் சிரிக்கும்போது, அச்சிரிப்பு, வறண்டுபோன நிலத்தில் கேட்கும் ஒழுங்கற்ற ஓசையை நினைவூட்டியது. அவள் என்னுடைய மகனின் சிறிய ஆணுறுப்பைத் தொட்டுப் பார்த்திருக்க வேண்டும் என்பதை ஊகித்துக்கொண்டேன். கைகளைப் பின்னால் இழுத்தவாறு அவளது விரல்களில் எச்சில் உமிழ்ந்து, அதனை என்னுடைய மகனின் இமைகளுக்கு நடுவில் வைத்து அழுத்தினாள். மகன் அழலானான். கொள்ளுப்பாட்டி, சிறிதும் பொருத்தமில்லாமல், எங்களை நோக்கி "பழைய முன்னோர்கள்" என்று கத்தினாள்.

இராம.குருநாதன்

அவள் ஏதோ தவறு செய்திருப்பதாக எனக்குப்பட்டது. அவளது மர்மமான உள்ளார்ந்த பிரபஞ்சத்தைப் பற்றி ஒரு தீர்மானத்திற்கு என்னால் வரமுடியவில்லை.

"எங்களைவிட்டு அவர்களெல்லாம் போய்விட்டார்கள்" என்று சொன்னாள். பழைய அண்டைவீட்டார் பற்றித்தான் அவள் குறிப்பிடுகிறாள் என்று ஊகித்துக்கொண்டேன். மேலும் அவள் என்னிடம் சொன்னாள், "எங்க காலத்துலே அக்கம்பக்கத்தார் குறைவாகவே இருந்தனர்." என்றாள். அவள் அவ்வாறு பேசும்போது, அவளது பற்கள், பழஞ்சின்னமாய்ப் பளிச்சென்று ஒளி வீசியது. "இந்த வீட்டைக் கட்டியபோது, மன்னர் சாங்க் ஜ்சென் பதவி ஏற்கவில்லை." அவள் தன் பேச்சை முடித்தபோது, நீண்டதொரு பெருமூச்சுவிட்டாள். அந்த இரவில் அவள் வேறெதுவும் பேசுவதற்கு ஒன்றுமில்லாமல் இருந்தது. அவள்விட்ட பெருமூச்சும், அமைதியும் மிங் ஆட்சியில் வீழ்ந்த ஒரு தூமகேதுபோல காதுகளைக் கிழித்துக்கொண்டு பாய்வதுபோலிருந்தது.

கால வெள்ளத்தில் எங்கள்வீடு நகர்ந்து இடமாறுவதாக உணர்ந்தேன். அலைகள் உடைபட்டன போன்று அவளது பற்கள் இருந்தன. அது விசித்திரமாக இருந்தது. அவள், தன் அறைக்குத் திரும்பியதைப் பார்த்து, தந்தை சொன்னார்: "தினந்தோறும் சாலையிலேயே இருக்கிறாயே, சீக்கிரம் படுக்கப்போவது நல்லதல்லவா. ஏதாவது செய்ய நினைத்தால், நாளை வரை காத்திரு" என்று சொன்ன அவர், என்னைப் பார்த்து "நீங்க இரண்டு பேரும் உங்கள் அம்மா படுக்கையிலும், என் படுக்கையிலும் தூங்கிக்கொள்ளுங்கள்" என்றார். இவ்வாறு சொன்ன அவர், கிழக்குப் பக்கத்தில் இருந்த, சன்னைலைத் திறந்துவைத்தார். மூதாட்டி அறையை ஒவ்வொரு வருடமும் சிவந்த நிறம் கலந்த வண்ணம் தீட்டியிருப்பது எனக்கு நினைவு வந்தது. அப்பாதான் அதனைச் செய்தார். சூரியனைச் சுற்றிவரும் பூமியைப்போல, பத்தாண்டு காலமாக அவள் அந்த அறையைச் சுற்றி வந்துகொண்டிருப்பவள். ஒருவரை ஒருவர் பார்த்துக்கொண்டே தங்கள் கடமையுணர்வைப் பரிமாறிக்கொண்டனர். முடியா முடிவாக, ஒவ்வொருவரின் சிறப்பான புரிதல் அவர்களிடையே இருந்தது.

என் அப்பாவிடம் கேட்டேன், "நீங்க எங்கே படுக்கப்போறீங்க?"

அவர் சொன்னார், "உங்க கொள்ளுப்பாட்டி அறையிலேதான்."

என் மனைவி என்னை ஒரு மாதிரியாகப் பார்த்தாள். நாங்கள் பேசும் பேச்சுகளிலிருந்து அவள் விலகியே இருந்தாள். அப்பா கதவை மூடினார். கண்ணின் பெரிய கருவிழி போன்று கிழக்குப் பக்கத்தில் அந்த அறை சட்டென்று மாறி இருந்தது.

படுக்கையில் இருந்த மனைவி கேட்டாள், "அவர் எதற்குச் சவப்பெட்டியில் தூங்கவேண்டும்?"

அது ஒரு பெரிய விஷயமே இல்லை. நாமெல்லாம் ஒரே குடும்பம், வாழ்வோ, சாவோ எதுவாக இருந்தாலும் ஒன்றாகத்தான் நாங்கள் இருப்போம்."

அதற்கு மனைவி சொன்னாள்: "இறந்தோருடன் இப்போது உயிரோடு இருப்போர் வாழ்வது என்பது முடியாத காரியம்."

அவளைச் சமாதானப்படுத்தவேண்டி, "எங்க குடும்பம் அப்படித்தான் இருந்து வருது. சவப்பெட்டியில் தூங்குறதனால ஒண்ணுமில்லையே! அதுல படுப்பதற்குக்கூடச் சிலசமயம் நாங்கள் போட்டிபோடுவது வழக்கம். என்னோட அண்ணனும், அக்காவும் சின்ன வயசிலேயே செத்துட்டாங்க. எங்க பாட்டி அவுங்களெ வெளியிலே பொதைக்கக்கூடாதுன்னு சொன்னதாலே, படுக்கைக்குக் கீழேயே அவுங்களெப் பொதைச்சுட்டோம்."

உடனே படுக்கையிலிருந்து சட்டென்று எழுந்த என் மனைவி "எங்கே இங்கேயா?" என்று அச்சத்தோடும், நடுக்கத்தோடும் கேட்டாள்.

"இந்தப் படுக்கைக்குக் கீழேதான்." நான் என் காலால் மரப்பலகையைத் தட்டினேன். ஒருவித சப்தம் வந்தது. "இதோ இங்கேதான், வலதுபுறமாய்" என்றேன்.

என் மனைவியின் கண்கள் கலவரம் அடைந்தன. என் தோளைப் பற்றியவாறே சொன்னாள், "உங்க குடும்பம் ஏன்தான் இப்படியெல்லாம் இருக்கோ?"

"எங்க குடும்பம் மட்டுமல்ல, ஒவ்வொரு குடும்பத்திலேயும் இப்படித்தான்."

எனது இடுப்பைக் கெட்டியாகப் பிடித்துக்கொண்ட மனைவி, "எனக்கு பயமாய் இருக்கு, சாவைக்கண்டு நான் பீதி அடைகிறேன்" என்றாள்.

"கொள்ளுப்பாட்டிக்காக உன்னை வீட்டுக்கு அழைத்து வந்துள்ளேன்."

"சீக்கிரமா அவுங்க செத்துப்போகப் போறாங்களா என்ன?" இல்லையே என்று நான் சொன்னேன்.

"அப்பா தலையசைத்தார், அப்படித்தான் தோணுது."

"யார் சொன்னாலும் நான் அதைப் பொருட்படுத்தப்போவதில்லை. நான் விரும்புவதெல்லாம் அந்த மூதாட்டியின் இறப்பொன்றே."

"என்னாச்சு?" என்று அப்பாவைக் கேட்டேன். அவர் எப்படி அவ்வாறு சொல்லலாம்.

தலையைக் கவிழ்த்துகொண்ட அப்பா எதுவும் சொல்லவில்லை. அவர் அமைதி காத்தது, கொள்ளுப்பாட்டியை நினைவுபடுத்துவதாகவே இருந்தது.

அடுத்த பத்து நாள்களில், உன்னுடைய கொள்ளுப்பாட்டிக்கு நூறு வயது. மௌனத்தைக் கலைத்துவிட்டுச் சொன்னார். அவ்வாறு சொன்னது, தந்தைமீது சுமத்தப்பட்ட தண்டனையாகவே தோன்றியது. அவர் தலையை நிமிர்த்தியவாறு என்னிடம் பேசினார். "கொள்ளுப்பாட்டியின் வாய் நிறைய இருக்கும் பற்களை நீ பார்த்ததுண்டா?"

அவர் சொன்னதைப் புரிந்துகொள்ள முடியவில்லை. எதைச் சொல்லவருகிறார் என்பதை எண்ணிப்பார்க்க இயலவில்லை.

நான் அணிந்திருந்த அந்நிய ஆடையினைப் பிடித்து இழுத்து, நூறு ஆண்டுகள் ஒருவர் எல்லாப் பற்களும் விழாமல் இருப்பாரேயானால், அவர் இறந்தபின் பேயாக மாறிவிடுவார்" என்றார், தாழ்ந்த குரலில்.

"எப்படி இது முடியும்?" நான் கேட்டேன்.

"ஏன் இருக்கக்கூடாது?" என் தந்தை சொன்னார்.

பேயாக இப்படி வேறு யாரேனும் மாறியதைப் பார்த்ததுண்டா?' எப்படி இயலும்? எனக்குள் கேட்டுக்கொண்டேன்.

என் முதுகு மரத்துப்போய் குத்தலெடுப்பதுபோல் உணர்ந்தேன். என் மனைவியின் கலவரமிக்க கண்களைப் பார்த்தமாதிரியே என் அப்பாவின் கண்களிலும் எதிரொலித்ததைக் கண்டேன். அவள் சாவைக் கண்டு அஞ்சினாள். என் அப்பாவோ வாழ்வைப்பற்றி அஞ்சினார்.

எங்கள் வீட்டைச்சுற்றிக் குண்டுசத்தம் கேட்டது. வீரியம் மிக்ககுண்டின் நெடியால், சில அரச மரபுகள் தரைமட்டமாய் நொறுங்கின. ஆட்சிபீடம் என்பதன் வரலாற்றுப் பதிவு, உறவு நாடுகளின் கட்டடங்களுக்கும், அவற்றின் இடிபாடுகளுக்கும் இடையே ஓய்வுகொள்வது என்பதாகும். தொழிலாளர்கள் கட்டடங்களை இழக்கநேரிடும் என்பதை உறுதிசெய்திருக்கிறார்கள். ஆட்சிபீடம் என்பது கட்டடங்களையும் பற்களையும் போன்றவைதான். அவை வளரும். சரிந்து வீழும். வெடியின் நெடி, புத்தர் பின் நாடுகளில் ஏற்றிவைக்கப்படும் மத ஊதுவர்த்திபோன்றதுதான். மீட்போரின் மனநிலைக்கு ஏற்ப, அது மாற்றம் காணும்.

என் மகன் வீட்டு முன்றிலைச் சுற்றி நடந்துகொண்டிருந்தான். சிவந்த நிறத்திலிருந்த சிறிய இருக்கையை நான் குழந்தைப் பருவத்தில் பிடித்துக்கொண்டிருந்ததைப் போலவே பிடித்துக்கொண்டு இருந்தான். முன்றிலின் ஒரு மூலையில், அவன் விளையாட ஒருவருமில்லாத காரணத்தால், தான் மட்டும் விளையாடிக்கொண்டிருந்தான். தன்னை மறந்து மூங்கில் குச்சியை வைத்து விளையாடிக் கொண்டிருந்தான். இரண்டு மணி நேரத்திற்குப் பிறகு, கடவுள் மட்டுமே அறியக்கூடிய பாடல் ஒன்றைப் பிதற்றியபடியே பாடிக்கொண்டிருந்தான். இன்னொரு

மூலையில் என் மகனைப் பார்த்த, கொள்ளுப்பாட்டி அவன் பாடுவதைக் கேட்டபடி அங்கு நின்றுகொண்டிருந்தாள். அதனால், அவள் மாடிக்குச் செல்லவில்லை. மனிதர்கள் புரிந்துகொள்ள முடியாத மொழியில் இயல்பான நெருக்கத்துடன் அவர்கள் இருவரும் உரையாடினர். மனிதர்க்கு இயற்கை அளித்த முக்கிமான தொடர்பு அவர்கள் முகத்தில் தாண்டவமாடியது, காலையும் மாலையும் சந்திப்பதைப்போல இருந்தது! பருவங்கள், வசந்தத்தையும், கோடையையும், பனியையும் குளிரையும் ஏற்றவாறு மாற்றிக்கொள்வதைப் போல அஃவர்கள் இருவரின் இதயத்துடிப்பு இருந்தது.

பிரபஞ்சத்தின் மிக இன்றியமையாத வியப்புக்குரியதாகத் தோன்றியது. மனிதநேயத்தை உணர்ந்ததுபோல அவர்கள் பேசிக்கொண்டார்கள். அவர்களுக்கு விளக்கிச் சொல்வோர் யாரும் இல்லை. இலையின் அசைவைக் காற்று அறிவதுபோல அல்லது அலைவீசும் திசையைத் தண்ணீர் ஊகித்து அறிவதுபோல், ஒளி கண்ணாடியைப் பார்ப்பதுபோல் ஒரு கருவிழி மறு கருவிழியைப் பார்ப்பதுபோல் இருந்தது அக்காட்சி.

அவர்கள் பேசுவது வேடிக்கையாகத் தோன்றியது.

"அவர்கள் என்ன விளையாடுகிறார்கள்?" என்று கேட்டாள் மனைவி.

கொள்ளுப்பாட்டி திரும்பிப் பார்த்து என்னிடம் சொன்னாள். "நான் இறந்துபோனால், உன் பையனின் துணித்துண்டு ஒன்றை எடுத்து, அதில் அவனது தலைமுடியை வைத்துச் சுருட்டி எனது சட்டையின் கைப்புறத்தில் வைத்துத் தைத்துவிடு."

"இந்தப் பேச்செல்லாம் சாவைப் பற்றி இருக்கிறதே. இன்னும் நீ இளமையாய்த்தான் இருக்கிறாய்!"

"நான் சொன்னதை மறந்துவிடாதே" என்றாள் பாட்டி.

"சரி" என்றேன்.

"எத்தனை காலம் நீ வாழப்போகிறாய் என்பது முக்கியமில்லை. எப்போது நீ கண்ணைத் திறந்தாயோ அதனை மூடவேண்டிய காலமும் உண்டல்லவா?" சிரித்தவாறே கொள்ளுப்பாட்டி சொன்னாள். நீண்ட ஆயுள்பற்றிப் பேசுவாயானால், அது நிழல் உலகமாகத்தான் இருக்கும். ஞாபகம் வைத்துக்கொள். துண்டு துணி, நினைவுபடுத்திக்கொள் மறந்துவிடாதே."

கொள்ளுப்பாட்டியின் நூறாவது பிறந்த நாள் நெருக்கத்திற்கு வந்தது. மேசையின்மீதும், போர்சிலின்மீது மௌனமாகப் படர்ந்துள்ள தூசியைப்போல, என் வீட்டினை அச்சம் சூழ்ந்தது.

என் அப்பாவோடு கூடப்பிறந்த பன்னிரண்டுபேர்களும் அந்த இரவு நேரத்தில் வீட்டில் ஒன்றாகக் கூடினர். ஒருபக்கமாக நான்

அமர்ந்திருந்தேன். பனிக்கட்டியை உடைக்கும் சத்தமாய்ப் பாட்டியின் பற்கள் நறநற என்று ஒலி எழுப்பியதை நினைத்துக் கொண்டேன். அவர்கள் அமைதியாகப் புதைத்தனர். அவர்கள் அனைவரும் ஒன்று திரண்டு வந்திருப்பது ஒரு புனிதமான சூழலை வரலாற்றில் இடம் பெறவைத்தது. யாரும் பேசிக்கொள்ளவில்லை. வரலாற்றின் அமைதியான சூழலில் முதன்முதலாக இடம்பெற்றது எங்களுக்குப் பழக்கமாகிவிட்டது. அந்தத் தருணத்தில் ஓர் இடி முழக்கம் வெளியே கேட்டது. மிங் ஆட்சி மரபுக்கு என்னை அந்த முழக்கம்கொண்டு சென்றது. அதை எனக்கு ஞாபகப்படுத்தியது. நடுக்கத்தை மேலும் கூட்டியது.

இறுதியில், அப்பா புகைசூழ்ந்த வெளியில், என்னைத் திரும்பிப் பார்த்து உறுதிப்பட "அவற்றை இழு" என்று சொன்னார். வரலாற்றின் கனத்தை நான் தாங்க இயலாது என என்னைப் பற்றி நினைத்துக்கொண்டார்போலும். நான் சிரித்துக்கொண்டேன். எதற்காகச் சிரித்தேன் என்று எனக்குத் தெரியவில்லை. பலமுறை இவ்வாறே நடந்திருக்கிறது. முட்டாள்தனமான சிரிப்பில் எனது இதயம் காற்றைப்போல் வெறுமையாய் இருந்தது. எனது முட்டாள்தனமான சிரிப்பை வந்திருந்த அனைவரும் கண்டார்களா என்று எனக்கு ஐயம்.

அமைதியான சூழலுக்குப்பின், என் மனைவி புகார் தெரிவிக்கத் தொடங்கினாள். "ஏன் இப்படிப்பட்ட குழப்பம். ஏன் உங்கள் குடும்பம் இப்படிக் குழப்பத்தில் ஆழ்ந்திருக்கிறது? இந்தப் பையனின்-கைகள் ஏன் இப்படி நடுக்கம் வந்தாற்போல வெட்டி வெட்டி இழுக்கின்றது?"

"இன்னும் கொஞ்சநேரத்திலே சரியாய்ப் போய்விடும். நீ நினைக்கிறாப்பிலே ஏதும் இல்லே" இரண்டு நாளுலே சரியாய் ஆகிவிடுவான். சீக்கிரமா அவன் சரியாயிடுவான்." என்றேன்.

என் மனைவி சொன்னாள், "பையனோட ஷூவைக் கண்டுபிடிக்கமுடியலே, எங்கே தொலைஞ்சுபோச்சுன்னு தெரியலே."

"அது எப்படித் தொலைஞ்சு போயிருக்கமுடியும்? அது யாருக்குத் தேவைப்படப் போவுது" என நான் கேட்டேன்.

"பையனின் சிவப்பு நிற ஷூவை என்னால் கண்டுபிடிக்கமுடியலே" என்றாள். சற்றே பொறுமை இழந்த நான் சொன்னேன், "ஷூ காணாமப் போனா என்னா, நாளைக்கு வேறு ஷூ வாங்கிடலாம்"

"அது முட்டாள்தனமானது; ரொம்ப நல்லா இருக்கு நீங்க சொல்றது" என்று சொன்னவள், தொடர்ந்தாள், "நேற்றைக்கு இரண்டு ஜோடி அரை நிஜார் காணோம். இன்னைக்கு பையனோட ஷூ, இது முட்டாள்தனமாத் தெரியலையா?"

"நீ ஏன் இப்படிக் குழப்பறே" நான் சொன்னதோடு அல்லாமல், இந்த வார்த்தையை அம்மா கேட்டா ரொம்ப தொல்லையாப் போயிடும்." என்றேன்.

எனது வாழ்க்கையின் பக்கங்களில் கொள்ளுப்பாட்டியின் பல்லைப் பிடுங்குதல் என்பது வரலாற்றுச் சிறப்புடையது. காலையில் இலேசான தூறல் இருந்தது. மழை என்று சொல்லிவிட முடியாது. மழைபோலவும், பனிபோலவும் இருந்ததென்றாலும், காற்றும் இருந்தது. வானமும் ஈரப்பசை கூடியதாய் இருந்தது. எங்கள் வீட்டின் அடுக்ககம் உடனே சுறுசுறுப்படைந்தது. அந்த அடுக்ககத்தின் மையப்பொருளாக இருந்த கொள்ளுப்பாட்டி மட்டும் இருட்டில் இருந்தாள். நாங்கள் தயாரானோம். ஒருவரும் ஒருவார்த்தை பேசவில்லை. விதி வலிய வந்ததுபோல ஓர் உணர்வு. வரலாற்றுச் சபை ஒன்றில் மகிழ்ச்சியாகப் பங்கேற்பதுபோல இருந்தது. குற்றம்புரிவதில் ஓர் ஆனந்தக்களிப்பு. மனிதநேயம் வரலாற்றை அணுகுவதற்கான ஒரு விதி. கொள்ளுப்பாட்டி சன்னலருகே கனவு கண்டவளைப்போல அமர்ந்திருந்தாள். எழுதப்பட்ட பதிவின் அமைதியாய். ஒரு சிறப்பில்லாத நிகழ்வுபோல என்று சொல்லலாம். அவளைச் சுற்றி, நாங்கள் அசையாதிருந்தோம். அமைதி காத்தோம். எழுந்து நிற்பதற்கான அழைப்பு வரும்வரை பதுங்கியபடி காத்திருந்தோம்.

நண்பகலில் ஐந்தாவது மாமா, வீட்டிற்கு வந்தார். அச்சத்தோடு காணப்பட்டார் அவர். கவலையும் அவரிடம் தென்பட்டது. அப்பாவை அழைத்தார். எரவாணத்தின்கீழ் நின்றுகொண்டு, அப்பாவைப் பார்த்தபடி சொன்னார். "வலி தணிக்கும் மருந்து இப்போ கிடைக்காது. மருத்துவமனையில் அதற்குத் தட்டுப்பாடு. நாம இப்ப என்ன செய்யலாம்?"

அதைக் கேட்டதும் அப்பாவின் முகம் மங்கியது. பழைய செங்கல்லில் படிந்த சேறுபோல இருந்தது அவரது முகம்.

ஐந்தாவது மாமா கேட்டார், "கொள்ளுப்பாட்டியின் பல்லைப் பிடுங்கப்போகிறோமா இல்லையா?"

அப்பா பதில் ஒன்றும் சொல்லாதிருந்தார். கொள்ளுப்பாட்டியின் அறையைப் பார்த்தவாறே, தலையைத் தாழ்த்தியபடி சொன்னார். "கொள்ளுப்பாட்டி, நீங்கள் வருத்தப்படவேண்டியிருக்கும்"

எங்கும் பனி, அடர்த்தியான தூசி தும்புகள் பெருகின. எனது நினைவிலிருந்து சாம்பல் பூத்த நினைவுக்கோடுகளைத் துடைத்தெறியும் திறனற்றவனாக ஆனேன். நண்பகலிலெல்லாம் என்னுடைய மாமாக்கள் நடு அறையில் அமர்ந்து குடித்துக் கொண்டிருந்தார்கள். மேசைமேல் கொள்ளுப்பாட்டிக்காக மதுக்கிண்ணங்கள் தயாராக இருந்தன. விரைவில் அவள் முன்னதாகவே கீழே இறங்கி வந்தாள். புன்னகைத்தாள். அவளால் சரியாகப் பார்க்கமுடியவில்லை.

இராம.குருநாதன் 103

ஒரு மங்கலமற்ற சவப்பெட்டியின் பின்னால் அவள் கண்கள் மறைந்திருந்தன. குழப்பமான வெளிப்பாட்டினைக் காட்டுவதான முகத்தைக் கொண்டிருந்தாள் அவள். அவள் கீழே அமர்ந்ததுமே, என்னுடைய மாமாக்கள் அவளைப் பாராட்டினார்கள். என் அப்பா சொன்னார். “கொள்ளுப்பாட்டி நீங்கள் நூறு வயதை எட்டப்போகிறீர்கள். தென்பகுதியைத் தாண்டி உங்கள் ஆயுள்நீடிக்குமாக, கிழக்கத்திய கடலைவிட மிகச்செழிப்பாக ஆகுமாக” என வாழ்த்தினார். கொள்ளுப்பாட்டி சிரிக்கலானாள். “நான் ரொம்ப நாள் இருக்கமாட்டேன்” என்று மகிழ்ச்சியுடன் கூறினாள். ஒருசமயம் கண்ணாடியைப் பிடித்துக்கொண்டே நான் இருந்துவிடுவேனேயானால், நான் ஒரு பேயாக மாறிவிடுவேன்” என்று சொல்லிவிட்டு, மதுவைக் குடித்துக் கீழே வைத்தவாறே சொன்னாள். என் மாமாக்களின் முகங்கள் கறுக்கத் தொடங்கின. குழப்பத்தோடும் எச்சரிக்கை உணர்வோடும் இருப்பது அவர்கள் பார்க்கும் பார்வையிலிருந்தே தெரிந்தது. அவர்கள் தயங்கினார்கள். அவர்கள் கைகளில் இருந்த மதுக்கோப்பைகள் நிரம்பியிருந்தன. நல்லவேளையாக அவள் அவற்றைப் பார்க்கவில்லை.

தொடர்ந்துவரும் அமைதியான சூழலை நான் நினைவுபடுத்திக் கொள்ளவில்லை. ஒருசமயம் குறிப்பிட்ட சில நிமிடங்கள் அல்லது ஒருவேளை கொள்ளுப்பாட்டியின் தோள்களில் படிந்துள்ள துகள் அடுக்குகள் காரணமாக இருக்கலாம். ஒருபோதும் எனக்கு அது சரியாகப்படவில்லை. அமைதியின் இறுதிக்கட்டத்தில், அப்பாவும் பன்னிரண்டு சகோதரர்களும் அவர்களின் இருக்கையிலிருந்து மூதாட்டியின்முன் மண்டியிட்டார்கள். அவளது உதடுகள் சற்றே திறந்துகொண்டன. ஒவ்வொரு பல்லும் சிரிப்பை உதிர்த்தது. அவள் உடனே, “என் அன்புக்குரியவர்களே, எழுந்திருங்கள், எழுந்திருங்கள், நீண்டகாலமாக நாங்கள் அதனை வழக்கப் படுத்தியதில்லை” என்றாள். அவளின் அன்புக்குரியவர்களின் நிழல்கள் எழுந்துகொண்டன. ஐந்தாவது மாமா கயிற்றைப் பிடித்திழுத்தார். ஒன்பதாவது மாமா சுத்தியைப் பிடித்திருந்தார். ஏழாவது மாமா சிவப்பு ‘ட்ரே’யைப் பிடித்திருந்தார். அவர்கள் வேகமாகப் பிடித்து இழுக்க ‘ட்ரே’யில் கொள்ளுப்பாட்டியின் அனைத்துப் பற்களும் வந்து விழுந்தன. பற்களின் வேர்களில் ரத்தம் கசிந்துகொண்டு வந்தது. அவளது பற்களைப் பார்த்ததும் நான் ஆச்சரியத்தில் மூழ்கினேன். அவற்றில் மனிதருக்கு நேரடியான கால உந்துதலைக் கண்டேன்? அது, நமது காலத்தின் அச்சமாக இருந்து பற்களுக்கும், அவற்றின் இழப்பிற்குமான ஒருவித இணைப்பை நம்மிடம் ஏற்படுத்தியிருந்தது. ஏழாவது மாமா அந்த ‘ட்ரே’யை என்னிடம் தந்தார். சிந்தனை கலைந்தது. நானும் ரொம்ப நாள் அதனை நினைவு வைத்துக்கொள்ள முடியவில்லை. அதன்பிறகு அப்போது நினைத்ததை நினைவுக்குக் கொண்டுவர இயலாமல் இருந்துள்ளேன். என் நினைவில் இருந்ததெல்லாம் விரைவு,

வன்மம், ரௌத்திரம், வலி முதலிய உளவியல் அடிப்படையிலான அனுபவங்களே! அதன்பிறகு வெடியின் நாற்றத்தை உணர்ந்தேன். ஐஸ்கட்டி எரிவதுபோல, வெடியின் நெடி இருந்தது. அந்த நாற்றத்தின் தாக்குதலுக்கு உள்ளானேன்.

பத்தாவது மாமாசொன்னார், "மூத்த சகோதரனே! இரத்தம் வடிவதை என்னால் நிறுத்த முடியவில்லை. எனவே, நாம் மருத்துவ மனைக்கு கொள்ளுப்பாட்டியைக் கொண்டு செல்வோமா?"

அப்பா பதில் கூறினார், "நம்மால் முடியாது. டாக்டர், அவளைப் பார்த்ததுமே என்ன நடந்தது என்பதைத் தெரிந்துகொள்வார்."

கொள்ளுப்பாட்டி, செங்கல் தளத்தில் வீழ்ந்துவிட, அவளது உதடுகள் சுருங்கிக் கொண்டன. பற்கள் வேடிக்கைப் பொருளாயின. அவை வாயிலேயே இருக்கும்போது பார்க்கமுடியாது. அவை தெரியாத நிலையில், கற்பனைக்கு அப்பால் முகமே மாறிப்போனது.

கொள்ளுப் பாட்டியினுடைய நூற்றாண்டு அளவிலான ரத்தம் அவளது உதடுகளில் பரவி இருந்தது. காலத்திற்கு அப்பால் அது ஒழுங்கற்ற நிலையில் பெருகிற்று. கொள்ளுப்பாட்டி தரையில் படுத்தாள். பெருமூச்சு விட்டாள். 'ஓர்' மரங்கள் ஒலி எழுப்புவதுபோல தொண்டை ஒருவித கரகரப்பான சத்தத்தை வெளிப்படுத்தியது. வைக்கோல் நிறத்தைப்போல, அவளது உடல் நிறம் மெல்ல மெல்ல வெளிறிக்கொண்டு வந்தது.

ஒன்பதாவது மாமா சொன்னார், "அவள் மிக வேகமாக மெலிந்துகொண்டே போகிறாள்."

ஐந்தாவது மாமா சொன்னார், "சுற்றி நின்று வேடிக்கை பார்க்கிறீர்களே, யாராவது அவளுக்குத் தண்ணீர் கொஞ்சம் கொடுங்கள்" ஏழாவது மாமாஅவளது தலையை நிமிர்த்த முயன்றார்; அசைத்துப் பார்த்தார். அது சரியாகப்படவில்லை. தண்ணீரும் தொண்டைக்குள் இறங்கவில்லை.

மேற்குப் பக்கத்தில் நின்றுகொண்டு இருந்த என் மகன் அந்தத் தருணத்தில் அழத் தொடங்கினான். நான் உடனே ஓடி என் மனைவியிடம் காரணம் கேட்டேன். "என்ன இது குழந்தைமீது இப்படி அக்கறை இல்லாமல் இருக்கியே?" என்றேன்.

அவள் சொன்னாள், "அவன் அழ நினைத்தான், அழுகிறான். அதற்கு நான் என்ன செய்யமுடியும்? அங்கே என்ன அமளிதுமளி நடக்கிறது?"

நான் சொன்னேன், "அதுலே நீ போய் மூக்கை நுழைக்காதே, உன் வேலை இல்லை அது. உன்னை நான் கூப்பிடாதவரை நீ வரவேண்டியதில்லை"

எங்கள் மகனைப் பார்த்து இகழ்ச்சியாக அவள் சொன்னாள், "பதினெட்டாவது நரகத்தில் இருப்பதுபோல இங்கு இருக்க வேண்டியிருக்கிறது. இங்கு மூச்சுக்கூட விடமுடியறதில்லே"

எரிச்சலடைந்த நான் சொன்னேன், "சொல்லி முடிச்சிட்டியா?"

அப்பா சொன்னார், "கதவை இழுத்து மூடு, தரைத்தளம் ரொம்பக் குளிருது."

மூத்த வயதான ஆண்கள் சிலர் அந்தக் கொள்ளுப்பாட்டியை படுக்கவைக்க எடுத்துச்சென்றனர். நான் நடந்து சென்று அவளது இமைகளைத் திறக்க முயன்றேன், கொள்ளுப்பாட்டியின் உலகம் அவளது கண்புரையால் இருளில் மூடிக்கொண்டது. நான் மெல்லக் "கொள்ளுப்பாட்டி, கொள்ளுப்பாட்டி" என்று அழைத்தேன். அவளது தலை எனது தோளிலிருந்து - கைக்கு நழுவியது.

பதிமூன்றாவது பேரன்கள் அந்த நேரத்தில் மண்டியிட்டனர். அவர்கள் குனிந்து வழிபட்டது புனிதமாகத் தோன்றியது. சவப்பெட்டியின் ஓரத்தே கிடத்தப்பட்டாள். அந்தப் பெட்டி முப்பது வருடப் பழமைகொண்டது. தெரிந்த, தெரியாத முகங்கள் தங்கள் துக்கத்தைத் தெரிவிக்கவந்தன. இருளடர்ந்த, ஈரம்படிந்த பாதைவழியே அவர்கள் நடந்தனர். ஈமச்சடங்குக்கான பணத்தைக் கொணர்ந்தனர். கொள்ளுப்பாட்டியின் பிறந்த நாளுக்காகத் தயாரிக்கப்பட்ட நூடுல்ஸ் உணவை உண்டனர். என் தந்தை, மற்றும் பன்னிரண்டு சகோதர்கள், எங்கள் தலைமுறையின் ஏழு ஆண் உறுப்பினர்கள் ஈமச்சடங்குக்கான பணத்தைக் கொண்டுவந்து எரித்தனர். எங்கள் குடும்ப வீட்டைச் சுற்றிலும் சாம்பல் படர்ந்திருந்தது. வீட்டைச் சுற்றிலும் பிணநாற்றம். உள்ளே நடந்து சென்றோரைச் சுற்றிலும்கூட அந்த நாற்றம் உலவிக்கொண்டிருந்தது. எலி ஒன்று அதன் வலையிலிருந்து வந்து தத்திச் சென்றதைக்கூட யாரும் கவனிக்கவில்லை

கொள்ளுப் பாட்டி முன் மண்டியிட்டு அமர்ந்த நான், என் இதயம் மரத்துப்போனதாய் உணர்ந்தேன். அவளுடைய மூத்த பேரனான நான், என் தந்தையின் தலைமுறைக் கண்களில் ஒருவிதமான தணிந்துபோன பார்வையில் இருந்ததாக உணர்ந்தேன். இறந்துபோன பிறகு எங்கே அவள் பேயாக உருமாறிவிடுவாளோ என்று அவர்கள் தனியே அவளது பற்களைப் புதைத்தனர். கொள்ளுப்பாட்டி உருமாறி பேயாக மாறிப்போனால் எப்படி இருப்பாளோ என்று கற்பனை செய்ய முயன்றேன். மக்கள் வழக்கப்படி - நான் மேலும் கற்பனை செய்ய முயலவில்லை. அது ஏமாற்றத்தையே எனக்களித்தது. சிலசமயம் ஈமச்சடங்கில் எரிந்துபோன பணம் ஒருவித வலியோடு கை விரல்களில் ஒட்டிக்கொண்டது. பாதாள உலகத்திலிருந்து அந்தப் பணம் கைவிரலை எரித்துவிட்டதுவாய்; இந்த நிகழ் உலகின் மிகக்

குளிராகவும், அதைத் தொட முடியாததாகவும் இருக்கும். அப்பா பானையில் ஒன்றன்பின் ஒன்றாக நூடுல்ஸ் உணவு தயார்செய்தார். கிராமத்திலிருந்து வந்த ஒவ்வொருவரும் அங்கு இருந்தனர். அவனோ அவளோ பார்க்கவில்லை எனத் தெரிகிறது. பெரும்பாலோர் கொள்ளுப்பாட்டியின் முகத்திலிருந்த தாளை நீக்கினர். அவளது உதடு பயங்கரமாய்க் காட்சி அளித்தது. மரணம் எப்போதுமே இறந்தவரின் வாயை ஒழுங்குபடுத்தி ஒருவித வெறுப்பூட்டுவதாக அமைந்துவிடுகிறது. மக்கள் வருவதும் போவதுமாய் இருந்தார்கள். மிங் ஆட்சியின் வீடுகளில் வாசல்களில் அவர்கள் நடந்தார்கள். வாசலைக் கடந்து மிகப் பழமையான குறுகிய வழியில் மிங் ஆட்சியினின்றும் இறங்கிப்போனார்கள். ஒரு பொது அற ஒழுங்கு ஒவ்வொருவரிடமும் இருந்தது. சக்திவாய்ந்த அணுகுண்டினைச் சக்தி இழக்கச்செய்யும் ஒரு மாயையில் ஒவ்வோரிடத்தும் ஓர் ஒழுங்குமுறை இருந்தது.

சவப்பெட்டியில் கொள்ளுப்பாட்டியைக் கிடத்துமுன் என் தந்தை மற்றும் மாமாக்கள் முகங்களில் சவக்களை தெரிந்தது. சவப்பெட்டியில் அடங்கினாள் பாட்டி. என் மூதாதையரின் குடும்பமும் அடக்கமாயிருந்திருக்கிறது. அந்தப் பெட்டி வாழ்வின், சாவின் மர்மங்களைச் செம்மையாக ஆவணப்படுத்துவதாகத் தோன்றியது. தந்தை கொள்ளுப்பாட்டியின் ஆன்மா சாந்தி அடைவதற்காக மூன்று நாள் விழித்திருக்கச் சொன்னார். அப்படி விழித்திரு எனச் சொல்லும்போது அவர் அப்பெட்டியைத் தொட்டார். அப்பா சொன்ன அந்த வார்த்தையைக் கேட்டதும் என் நெஞ்சம் குதித்தது. விழித்திரு என்றால் என்ன பொருள்? எனது கற்பனையில் அது வாழ்க்கையைக் காட்டிலும் ஆவி உயிர்ப்போடு இருப்பதாகத்தான் அர்த்தம். இவ்வாறு சிந்தித்தது என்னைக் கவலைப்படவைத்தது. நான் அதை வெளிக்காட்டிக் கொள்ளவில்லை. அதை வெளிப்படுத்தினால் சீர்குலைக்க வைத்துவிடும். என்னுடைய மகனின் மஞ்சள் துணி என் கொள்ளுப்பாட்டியின் ஆவி முன்னால் கொடியாகப் பறந்துகொண்டுள்ளது. சிறிய பெரிய பேய்களும் எதுவும் செய்ய இயலாதவாறு, பாதாள உலகத்திற்குச் செல்லும் அவளைக் கொடியசைத்துப் பாதுகாத்தன.

அப்பா சொன்னார், “கொள்ளுப்பாட்டியின் துரதிருஷ்டத்திலும் ஒரு நன்மை உண்டு” இப்போது இருக்கும் நிகழ் உலகத்தைக்காட்டிலும் பாதாள உலகத்தின் நடவடிக்கைகளில் ஈடுபட்டிருந்தார். பழமையான தலைமுறைகளெல்லாம் இந்த ரகம்தான்.

நள்ளிரவில் மிகவும் அதிர்ச்சிதரக்கூடிய நிகழ்ச்சி ஒன்று நடந்தேறியது. அந்த நீலம் படர்ந்த இரவு நேரம், வெடிகுண்டின் நாற்றத்தால் நிறைந்தது. வாழ்வா, சாவா போராட்டத்தில் என் வீடு விழுந்தது. அப்பா சொன்னதன்பேரில் நாங்கள் விழித்திருந்தோம். கொள்ளுப்பாட்டியின் சவப்பெட்டி நடுஅறையில் வைக்கப்பட்டது. நான் சவப்பெட்டியின்

அடியில் உறங்கினேன். இரவு நேரத்தில் சவப்பெட்டியின்முன் எண்ணெய் விளக்கு அவ்வப்போது கண் சிமிட்டிக்கொண்டு இருந்தது. வெள்ளை நிற மெழுகுவர்த்தி நீண்ட ஊதுவர்த்திக்கிடையே மெல்ல அசைந்தது. சமைக்கப்படாத நூடுல்ஸ், ரொட்டி, சேம்பூத் துண்டுகள், ஜெல்லி பீன்ஸ் இவற்றின்மீது ஈயத்தின் நிறம்போன்ற சாம்பல் படர்ந்திருந்தது. பைல் டிரைவரின் சத்தம் வெளியே கேட்டது. வலிமையான பசுவின் மெல்லிய மூச்சு வெளிப்பட்டது போன்றது அந்தச் சத்தம். எனது பழைய வீடு அழிவில் இறப்பின் சூழ்நிலையில் நிறைந்திருந்தது. நள்ளிரவுக்குச் சற்றுமுன் விழித்திருந்தோர் அனைவரும் உறங்கிப்போயினர். மாமாக்களில் சிலர் மட்டும், சதுர மேசையில் அமர்ந்திருந்தனர். அவர்களின் கண்களில் பச்சைநிற ஒளி வீசியது. அவர்கள் மாஹ்ஜோங்க் விளையாடிக்கொண்டிருந்தனர். ஒவ்வொரு விளையாட்டுக் கருவியையும் மேசைமீது வைத்து விளையாடும்போது அழுந்திய சத்தம் சவப்பெட்டியின் கனத்தை ஒத்திருந்தது.

“இரண்டு”

“எட்டாயிரம்”

“மேட்ச்”

அவர்கள் விளையாடும்போது சத்தத்தால் காது நிறைந்தது. கனவுகள் அந்திநேரத்தில் பறக்கும் வௌவாலைப்போல ஆனது. அவர்களது உடல்கள் நடுங்கின. நான் உறங்கினேனா, இல்லையா என்று எனக்கே தெரியாது. நான் விழித்தபோது தூங்குவதாகவே உணர்ந்தேன். நான் கண்ட கனவு பாதி நேரத்தில் எது உண்மை எது உண்மை இல்லை என்று சொல்லமுடியாது. ஏழாவது மாமா, “கடைசி ஆட்டம், நாங்கள் விளையாடி முடித்ததும் அவர்கள் விளையாட எடுத்துக்கொள்ளட்டும், என்று சொன்னது மட்டுமே காதில் விழுந்தது. மாஹ்ஜோங்க் விளையாட்டில் விளையாட்டுக் கருவியைக் குலுக்கிப்போட அந்தச் சத்தம் தாய்கூ ஏரியின் பாறையில் விழும் கோடை மழையின் சத்தத்தை ஒத்திருந்தது.

இந்தச் சத்தத்தையெல்லாம் கேட்டதும், ஒருவித மயக்கநிலையில் இருப்பதுபோலத் தோன்றியது. அந்தச் சத்தத்தில் ஆழ்ந்தேன். தெய்வங்களின் முன்னறிவிப்பாக, சொர்க்கத்தின் விளிம்பிலிருந்து ஒரு விசித்திரமானசத்தம் எனக்குத் தெளிவாகக் கேட்டது. சவப்பெட்டியின் அடிப்பாகம் என் தலையில் படாதவாறு நானே அதனைத் தாங்கிக் கொண்டேன். பிணநாற்றம் சவப்பெட்டியிலிருந்து வருவதை உணர்ந்த நான், மரப்பெட்டியின் விரல் நுனி சத்தமிட்டது கேட்டது. நான் தலையை அசைத்தேன். அமைதியுற்றிருந்தது. அவர்கள் அந்தச் சப்தத்தைக் கேட்டிருக்கவேண்டும். பயங்கரமான பார்வையை நாங்கள் பரிமாறிக்கொண்டோம். சவப்பெட்டியிலிருந்து ஓசை

வருவதைக் கேட்டோம். அது டிரம் சத்தத்தை ஒத்திருந்தது. அந்தச் சத்தம் பெருகி மூதாட்டியின் திருப்தியற்ற நிலையைச் சவப்பெட்டி யிலிருந்து விரல் நுனி உணர்த்தியது. என் கைகள் தளர்ந்துபோயின. என்னுடைய மாமாக்கள் பார்வை என்மீதுபட்டது. அவர்களின் கண்கள் பிரகாசத்துடன் ஊடுருவின. அவளது விரல்நுனி சவப்பெட்டியின்மீது சுரண்டியது. அந்தச் சுரண்டல் மெலிதாக, அச்சம் ஊட்டும்படி இருந்தது. பூனையின் வாயில் சிக்குண்டு சாகும் தறுவாயில் உள்ள எலியின் ஈனக்குரலாக அது இருந்தது. சுரண்டிய ஒலி, சாவின் வெறியாக வேகத்தை உணரவைத்தது. இறப்பின் வெறித்தனத்தில் மூதாட்டி தனது கண்புரை கொண்ட கண்களை அந்த இருட்டில் திறந்திருக்க வேண்டும். அவள் வெளிச்சத்தையும், பரந்த வெளியையும் பார்க்க விரும்பி இருக்க வேண்டும். அதேசமயம், பற்கள் இல்லாத - வாயினைத் திறந்திருக்க வேண்டும். மூதாட்டியின் மூன்றடியான சிறு பாதங்கள் பொற்றாமரைபோன்ற வேகமான உந்துதலுடன் இருமுறை உதைத்திருக்க வேண்டும். திறக்க வேண்டும் என்ற தீர்மானத்தோடு உடைக்க முற்பட்டிருக்க வேண்டும். அந்த வேகம், வெறி, எங்களுக்குப் பின்னால் எட்ட எண்ணூறு மைல்களிலிருந்து குளிர்காற்று வீசும் வேகத்தை ஒத்திருந்தது.

ஐந்தாவது மாமா சொன்னார், "திறந்து விடுங்கள், சீக்கிரம், திறந்துவிடுங்கள்." அதனைச் சொல்லும்போது அதனைச் சரியாக உச்சரிக்கவில்லை. அவரது நாக்கு உப்பிட்ட மாமிசத்தின் கெட்டியை ஒத்திருந்து.

மூன்றாவது மாமா முதலில் வாயைத் திறந்து ஒன்றும் சொல்லாதிருந்தார், பிறகு அவர் "அவளது விரல்நகங்கள் ஏன் வெட்டப்படவில்லை?" என்றார்.

கொள்ளுப்பாட்டியின் வெளுத்துப்போன கூரிய விரல் நகங்கள் திடீரென்று எங்களுக்கு நினைவு வந்தது. எங்களை மிரட்டுவதற்கு உள்ளாக்கும் அந்த விரல்கள், எதிர்காலத்தில் மிகுந்த அச்சம் தரத்தக்கதான நாட்டுப்புறக் கதையின் பதிவாகிவிடும். நாங்கள் எல்லோரும் மூச்சைப் பிடித்துக்கொண்டோம். எங்களது சக்தியெல்லாம் கேட்பதில் கவனமாக இருந்தது. நீண்டதொரு இடைவெளி விட்டுவிட்டு அந்த சப்தம் மெலிந்துகொண்டே வந்தது. அதன்பிறகு அந்தச் சப்தம் அமைதிமயமானது. இந்த நாளில் இன்று கொள்ளுப்பாட்டியின் இடது சுட்டுவிரல் மட்டும் இன்னும் தொற்றிக்கொண்டிருப்பதாய் நான் நம்புகிறேன். அவளது நகங்களின்மீதான கூரிய பார்வை பற்றிய செய்தியும், அவள் கொண்டிருந்த விஷயங்களும் எங்களுக்குத் தெரியுமென்றாலும் நாங்கள் அதற்காக இன்னும் வெகுகாலமாய்க் காத்திருந்தோம்.

ஊர்வலத்திற்குப் பின் கொள்ளுப்பாட்டியின் மரபுவழியினர் ஒளியை நோக்கிப் பயணித்தனர். வாழ்விற்கும் சாவிற்குமான ஒரு-

சுவற்றை அந்த ஒளி அமைத்துக் கொடுத்தது. அதுகூட நுட்பமாகச் சொல்லமுடியாது. அந்த ஒளியை நீங்கள் வேகமாகக் கடந்து சென்றால், வாழ்விற்கும் சாவிற்குமான திரையைக் கடப்பீர்கள். ஒவ்வொரு மனிதரின் கால்களிலும் நெருப்புக் கங்குல் இடையிட்டு ஒளியுமிழும் செந்நீலங்கலந்த புகை வானில் பரவியது. அங்கு வகைவகையான ஹீரோக்ளிப்க்ஸ் எழுத்துகள் உருவாகும். தொன்மைக்காலத்து மெய்ஞானிகள் விட்டுச்சென்ற அந்த எழுத்துகளை அறிவது கடினமாக இருப்பதைப்போல அவை தோன்றும். எனக்குத் தெரிந்தவரை அவை ஆட்டுத்தோலில் பாதி எழுதியதுபோலவும், மீதி வானத்தில் எழுதியதுபோலவும் இருக்கும்.

வீட்டுக்குள் நுழைகையில், சற்றே நின்றோம். நான் சொன்னேன். "கொள்ளுப்பாட்டி இருந்த அந்த அறையைப் பார்த்துவிட்டுச் செல்வோம்."

அப்பா கூறினார், "ஒவ்வொருத்தரும் இங்கேயே இருங்கள். அவனும் நானும் தனியாக அதனைப் பார்க்க இருக்கிறோம்."

நாங்கள் அறைக் கதவைத் திறந்தோம். கடந்த நூற்றாண்டின் குளிர்காற்று அதன் நீண்ட முடியுடனும், நீண்ட நகங்களுடனும் எங்களை நோக்கிப் படர்ந்து வந்தது.

அவளது அந்த அறையில் இருக்கையோ, படுக்கைக் கட்டிலோ, ஒப்பனை மேசையோ இல்லாதிருந்தது. அப்பாவிற்கும் எனக்கும் எதையோ இழந்ததுபோல இருந்தது. எங்களுடைய ஆர்வம் இயல்பாகவே சரிந்துவிழுவதாகவே தோன்றியது.

அப்பா சொன்னார். "ஷூ! உன்னுடைய மகனின் சிவப்பு நிற ஷூ." நான் முன்னால் நகர்ந்து சென்று பார்த்தேன். அவனது சிவப்பு நிற ஷூ பாட்டியின் படுக்கையின்கீழ் கிடந்தது. அதன் முன்பகுதி போர்வையை நோக்கி இருந்தது. அவர்கள் ஒருவரை ஒருவர் வியப்போடு பார்த்துக்கொண்டனர். எனது பழைய அரை நிஜாரைக் கூட அங்கு கண்டேன். அதற்குப் பின்னால் இராணுவ ஷூக்கள், காட்டன் ஷூக்கள், காட்டன் செருப்பு, மரக்கட்டை போன்றவை வரிசையாக அடுக்கிவைக்கப்பட்டிருந்தன. அவற்றைக் கவனித்தேன். ஷூக்கள் சுருட்டி வைக்கப்பட்டிருந்தன. அவை ஒன்றையொன்று அளவிட்டுப் பார்த்துத் தங்கள் உணர்ச்சியை வெளிப்படுத்துவது மாதிரி தோன்றியது. நம்பிக்கையுடனும், அதேசமயம் கேலியாகவும் இருந்தது. அந்தத் தருணத்தில் தோற்ற மாயை புலப்பட்டது. என் வம்சா வளியின் வருகை நீண்ட ஊர்வலமாக வருவதுபோன்றதொரு காட்சியைக் கண்டேன்! எங்களது வட்டாரமொழியில் அவர்கள்

மரபுவழியிலான வாழ்த்தை எனக்கு வழங்கினார்கள். அரூபமான காலத்தைப் போல, அவர்களுக்குப் பற்கள் இல்லை. அவர்களின் கண்கள் கண்புரையால் மூடியிருந்தன.

அப்பா சொன்னார், "என்ன இது? இங்கே என்ன நடக்குது?"

இந்தக் கேள்வியைத்தான் என் தந்தையிடமும் கேட்டுக் கொண்டிருக்கிறேன். அவரது குரலைக் கேட்டதும் நான் வாய் மூடிப் போனேன்.